ரஷ்யப் புரட்சி

ஒரு புதிய தரிசனம்

ரஷ்யப் புரட்சி

ஒரு புதிய தரிசனம்

என். ராமகிருஷ்ணன்

கிழக்கு

Russia Puratchi: Oru Pudhiya Dharisanam

N. Ramakrishnan ©

First Edition: June 2006

136 Pages

Printed in India.

ISBN 978-81-8368-145-2

Kizhakku - 146

Kizhakku, An imprint of
New Horizon Media Pvt. Ltd.,
No.33/15, IInd Floor, Eldams Road,
Alwarpet, Chennai - 600 018.
Phone : 044 - 42009601/03/04
Fax : 044 - 43009701

Email : sales@kizhakku.in
Website : www.kizhakku.in

Publisher
Badri Seshadri
Chief Editor
Pa. Raghavan
Editor
Marudhan
Sr. Asst. Editors
Mugil
Sa.Na. Kannan
R. Muthukumar
Balu Sathya
Chief Designer
T. Kumaran
Designers
S. Kathiravan
Muthu Ganesan
E. Anandan

இந்த பூமியில் நாமே நெடுநாள் இருந்து பல வித நியாயங்கள் நடந்து நிறைவேறு வதைப் பார்க்கப் போகிறோம்.

பூமியில் நல்ல யுகம் தோன்றப் போகிறது.

மனிதஜாதி முழுமைக்கும் விடுதலை உண்டாகப் போகிறது.

ருஷ்ய ராஜ்ஜியப் புரட்சியானது இனி வரப் போகிற நற்காலத்தின் முன் அடையாளங் களில் ஒன்று.

பூமி தூளாகாது; மனிதர் ஒருவருக்கொருவர் செய்யும் அநீதி தூளாகும்.

- 1921 சுதேசமித்திரனில்
பாரதியார் எழுதியது

உள்ளே

1.	அடிமைகளின் நரகம்	...	9
2.	ஆடுகள், மாடுகள், அடிமைகள்	...	16
3.	உங்கள் அறையில் எத்தனை பேர்?	...	19
4.	புதிய காவலாளி	...	23
5.	தொழிலாளர் விடுதலைக் குழு	...	26
6.	விளாதிமிர் லெனின்	...	32
7.	பிளக்கானோவுடன் சந்திப்பு	...	38
8.	புதிய அமைப்பு உருவாகிறது	...	41
9.	இருபதாம் நூற்றாண்டின் தொடக்கத்தில்	...	49
10.	போல்ஷெவிக் யார்? மென்ஷெவிக் யார்?	...	52
11.	ஜப்பானிடம் தோல்வி கண்ட ரஷ்யா	...	56
12.	ரத்த ஞாயிறு	...	60
13.	ஓரடி முன்னால், ஈரடி பின்னால்	...	66

14. முதல் ஆயுத எழுச்சி ... 72

15. தொழிலாளர் வர்க்கத்தின் புத்தெழுச்சி ... 79

16. முதல் உலக யுத்தம் ... 82

17. ராணுவத்தினரிடையில்
போல்ஷெவிக்குகள் ... 88

18. பிப்ரவரி எழுச்சியும் ஜார் வீழ்ச்சியும் ... 92

19. இடைக்கால அரசாங்கத்தின் சாகசம் ... 97

20. ஏப்ரல் ஆய்வுரை ... 101

21. நேருக்கு நேர் ... 105

22. லெனின் காட்டிய வழி ... 112

23. தளபதியின் கலகமும் எதிர்விளைவும் ... 117

24. புரட்சியை நடத்தும் விதம் ... 121

25. மகத்தான வெற்றி ... 127

26. ரஷ்யா எப்படி இருக்கிறது? ... 134

1

அடிமைகளின் நரகம்

'இனி பீட்டர்தான் அடுத்த ஜார் மன்னராமே!'

'ஆமாம்!'

'ஆனால், அவன் ஒரு சின்னப் பையன் தானே ஐயா! பத்து வயது கூட நிரம்பியிருக்குமா என்பது சந்தேகமே!'

'இல்லை இல்லை. பத்து வயது நிரம்பிவிட்டது. பாவம் இத்தனை சிறிய வயதில் அவனுக்கு இந்த முள்கிரீடத்தை அளித்துவிட்டார்கள்!'

'ஏற்கெனவே ரஷ்யாவில் ரத்த ஆறு ஓடிக் கொண்டிருக்கிறது. அதற்கு மேலே ஒரு நாற்காலியைப் போட்டு இந்தப் பாலகனை அரியணை ஏற்றியிருக்கிறார்கள். இன்னமும் என்னவெல்லாம் நடக்கப்போகிறதோ!'

'யார் வந்தால் என்ன? நாம் மனிதர்களாக மாறிவிடப் போகிறோமா என்ன?'

புதிதாக மலர்ந்திருக்கும் ஜார் ஆட்சியைப் பற்றி அக்கறையுடன் கவலைப்பட்டுக்கொண்டிருந்த

அந்த இரண்டு விவசாயிகளும் மீண்டும் தங்களது வேலையைத் தொடங்கினார்கள். அவர்களது பெயர்கள் முக்கியமல்ல. அவர்களது குரலில் தொனித்த கவலையும், சோகமும்தான் முக்கியம். 'யார் வந்தால் என்ன? நாம் மனிதர்களாக மாறிவிடப் போகிறோமா என்ன?' என்ற வாக்கியத்தில் உள்ள நிதர்சனம் முக்கியம்.

ரஷ்யாவில் பண்ணையாளர்கள் மட்டும்தான் மனிதர்கள். 1649-ம் ஆண்டு விதிக்கப்பட்ட சட்டவிதிகளின்படி, விவசாயிகள், அவர் களுடைய குடும்பத்தினர், உற்றார், உறவினர் அனைவரும் நிலப்பிரபுவின் உடைமைகள் மட்டுமே. பண்ணையில் வேலை செய்பவன் பண்ணையடிமை. அவ்வளவுதான். அதாவது குதிரை, உழவு மாடு போல் அவனும் ஒரு பிராணி. தேவைப் படும்போதெல்லாம் சொடக்குப் போட்டுக் கூப்பிட வேண்டிய பிராணி. செய்யச் சொல்லும் வேலையை செய்து முடிக்கும் பிராணி. பிடிக்கும்வரை வைத்திருந்து பிடிக்காமல் போனால் அல்லது நோய்வாய்ப்பட்டால் விற்றுவிட வேண்டிய பிராணி.

அடிமைகளைத் துன்புறுத்தாத பண்ணையாளர்களை விரல் விட்டு எண்ணிவிடலாம். சவுக்கால் பின்னி எடுத்துவிடுவார்கள்.

தேவை ஏற்பட்டால் தயங்காமல் கொலைகூட செய்வார்கள். ஆடுகளை, மாடுகளை, அடிமைகளைக் கொல்வதை யாரும் பெரிதாக எடுத்துக்கொள்வதில்லை. அடிமைகள் தப்பிச் செல்லவும் முடியாது. தப்பியவர்கள் பிடிபடும் போது, குரூர மாகச் சித்ரவதைப்படுவது வழக்கம் என்பதால் தப்பிச்செல்வ தாகக் கனவு கூட காண முடியாது. மொத்தத்தில், அடிமைகளாக இருப்பதைத் தவிர அடிமைகளுக்கு வேறு வழி கிடையாது.

சில சமயங்களில் போராட்ட குணம் கொண்ட அடிமைகள் குமுறி எழுவது உண்டு. கிளர்ச்சிகளில் ஈடுபடுவது உண்டு. ஆனால், ஒவ்வொரு முறையும் அவர்கள் ரத்த வெள்ளத்தில் ஆழ்த்தப் பட்டு, கொல்லப்படுவது வழக்கம். இவ்வாறுதான் 1667-71 மற்றும் 1707-08 ஆண்டுகளில் விவசாயிகளின் எழுச்சி சிதறடிக்கப் பட்டது.

இதற்கிடையே, புதிய ஜார் மன்னரான பீட்டர் மெய்யாகவே ரத்த வெள்ளத்தில் மிதந்துகொண்டிருந்தார். சோஃபியா என்பவர் (இவர் பீட்டரின் தந்தை அலெக்சியின் முதல் மனைவியின்

பெண்) அரசாங்கத்துக்கு எதிரான கிளர்ச்சியைத் தொடங்கி வைத்து, பீட்டரின் தாய், நண்பர்கள், உறவினர்கள் அனைவரை யும் கொன்றொழித்தார். பீட்டரின் மாமா ஒருவர் பீட்டரின் கண்களுக்கு முன்பாகவே கொலை செய்யப்பட்டார். பீட்டரை ஒப்புக்கு மன்னராக வைத்துக்கொண்டு சோஃபியா நிர்வா கத்தைத் தன் கையில் எடுத்துக் கொண்டார். அடுத்த ஏழு ஆண்டு களுக்கு சோஃபியா ரஷ்யாவை ஆட்டிப்படைத்தார். பிறகு, நிலைமை மாறியது. பெயருக்குக் கிரீடத்தை அணிந்து பொம்மை போல் வலம் வருவதை பீட்டர் விரும்பவில்லை. சோஃபியா விடமிருந்து ஆட்சியைக் கைப்பற்றிக்கொள்வது அவசியம் என்பதை உணர்ந்தார். 1694-ல் முழு ஆட்சி அதிகாரமும் பீட்டரின் கைக்குச் சென்றது.

பீட்டர் அதீதச் சுறுசுறுப்புடன் செயல்பட்டார். மளமளவென மாற்றங்கள் நிகழ்ந்தன. ரஷ்ய மன்னர்களிலேயே இவரது ஆட்சிக்காலத்தில்தான் (1682-1725) இரும்பு மற்றும் தாமிரங்களைப் பயன்படுத்தி தொழில்கள் மிகப்பெரிய அளவில் நிறுவப்பட்டன. முறையான ராணுவமும், கப்பல் படையும் அமைக்கப்பட்டன. முதல் முறையாக, ரஷ்யப் பத்திரிகை வெளியிடப்பட்டது. தொழில் நுட்பப் பள்ளிகள் மற்றும் விஞ்ஞானப் பேரவை உருவாக்கப்பட்டன. எழுத்து முறை மற்றும் காலண்டரில் சீர்திருத்தங்கள் செய்யப்பட்டன. செயின்ட் பீட்டர்ஸ்பர்க் நகரம் உருவாக்கப்பட்டது. நிர்வாகத்தின் உயர் அமைப்பாக 'செனட்' உருவாக்கப்பட்டது. நாடு பெரிய மாநிலங்களாகப் பிரிக்கப்பட்டு ஆளுனர்கள் நியமிக்கப்பட்டனர். மொத்தத்தில் பீட்டர் ஒரு மிகச் சிறந்த சீர்திருத்தவாதியாகக் கருதப்பட்டார். மகா பீட்டர் (Peter the Great) எனும் பெயரையும் சம்பாதித்துக்கொண்டார்.

பீட்டர் கொண்டு வந்த மாற்றங்கள் ஒட்டுமொத்த ரஷ்யாவையும் புரட்டிப்போட்டது என்னவோ உண்மைதான். ஆனால் விலங்கு களாக, அடிமைகளாக மாறிப்போயிருந்த விவசாயிகளின் வாழ்வில் கடுகளவு மாற்றமும் ஏற்படவில்லை. அடிமைத்தனம் அப்படியே தொடர்ந்தது. பல கனரகத் தொழிற்சாலைகள் தொடங்கப்பட்டன. ஆனால், இந்தத் தொழிற்சாலைகளில் கொத்துக் கொத்தாக அடிமைகள் இழுத்துக்கொள்ளப்பட்டனர். பண்ணைகளில் கொத்தடிமைகளாக இருந்தவர்கள் இயந்திரங் களோடு இயந்திரமாக மாற்றப்பட்டனர். அந்த அடிமைகளைப் பற்றி கவலைப்பட யாரும் இல்லை.

முதலாம் பீட்டருக்குப் பின் அரியணையில் அமர்ந்த இரண்டாம் கேத்தரீன் காலத்தில் நிலைமை இன்னமும் மோசமடைந்தது. 8.5 லட்சத்துக்கும் மேற்பட்ட விவசாயிகளை கேத்தரீன் நிலப்பிரபுகளுக்குத் தானமாகத் தந்து விட்டாள். முதலாம் பீட்டர் காலத்தில் ரஷ்யாவில் மட்டும்தான் பண்ணையடிமை முறை இருந்தது. ஆனால், கேத்தரீன் காலத்தில் அது உக்ரைன் பகுதிக்கும் விரிவுபடுத்தப்பட்டது. கேத்தரீன் ஆட்சிக் காலத்தில் மீண்டும் விவசாயிகளின் எழுச்சி தோன்றியது. அது இரண்டாண்டு காலம் நீடித்தது. இறுதியில் அது ரத்த வெள்ளத்தில் மூழ்கடிக்கப் பட்டது.

18-வது நூற்றாண்டின் இறுதியில் ஜார் மன்னராட்சிக்கு எதிராகப் போராட்டங்கள் வெடித்தன. குறிப்பாக, ரஷ்ய அறிவுஜீவிகள் சிலர் பண்ணையடிமை முறை ஒழிக்கப்பட வேண்டுமென குரல் கொடுக்கத் தொடங்கினர். பண்ணையடிமை முறையை ஒழித்துக் கட்ட வேண்டுமென்றால் அதற்கு ஒரே வழி கல்வி அறிவைப் பரப்புவதே என்ற முடிவுக்கு அவர்கள் வந்து சேர்ந்தனர்.

இத்தகைய அறிவுஜீவிகளில் மிகவும் குறிப்பிட்டுச் சொல்லப்பட வேண்டியவர் எழுத்தாளர் மற்றும் தத்துவ அறிஞரான அலெக்ஸாண்டர் நிகொலாயேவிச் ராடிஷ்செவ் (Alexander Nikolayevich Radishchev). ஃப்ரெஞ்சு அறிவு ஒளி இயக்கம், குறிப்பாக ரூஸோ, ஹெல்விஷியஸ், மாப்ளி, தீதரோ போன்ற அறிஞர்களின் அரசியல் மற்றும் சமூகவியல் கருத்தோட்டத்தின் தாக்கத்துக் குள்ளானவர் அவர். எதேச்சாதிகாரம் என்பது மனித இயல்புக்கு முற்றிலும் அன்னியமானது என்று அவர் கூறினார். மன்னர்கள் மக்கள் சுதந்தரத்துக்கு விரோதமானவர்கள் என்று ராடிஷ்செவ் அழுத்தமாகக் கூறினார். 1790-ம் ஆண்டில் அவர் எழுதிய ‘செயின்ட் பீட்டர்ஸ்பர்க்கிலிருந்து மாஸ்கோவுக்குப் பயணம்’ என்ற நூலில் மிதவாதச் சீர்திருத்தங்கள் மூலம் மக்களுக்கு உதவ முடியாது என்று கூறியதோடு மக்கள் சிந்தனையில் புரட்சிகரக் கருத்துகளை விதைப்பது எதிர்கால மக்கள் புரட்சிக்கான முன் நிபந்தனையாகும் என்றும் உறுதியாகக் கூறினார். இந்த நூலை எழுதியதற்காக அவருக்கு முதலில் மரண தண்டனை விதிக்கப் பட்டது. பின்னர் அது, சைபீரியாவுக்கு நாடு கடத்தும் உத்தரவாகக் குறைக்கப்பட்டது.

ஃப்ரெஞ்சுப் புரட்சி முன் வைத்த ‘சுதந்தரம், சமத்துவம், சகோதரத்துவம்’ எனும் முழக்கம் ரஷ்யாவில் குறிப்பிடத்தக்க தாக்கத்

தை ஏற்படுத்தியது. பண்ணையடிமை ஒழிப்புப் போராட்டத்தை இது புது வேகத்துடன் தொடங்கிவைத்தது. ஆனால், பிரான்ஸ் நாட்டின் நெப்போலியன் போனபார்ட் 1812-ம் ஆண்டில் ரஷ்யா மீது படையெடுத்தபோது, ஃப்ரெஞ்சுப் புரட்சியின் தாக்கம் குறைந்தது. ஃப்ரெஞ்சு முதலாளி வர்க்கத்துக்கு பல நாடுகளை காலனி நாடுகளாக ஆக்கித் தருவதாக வாக்குறுதி தந்து பெரும் படையெடுப்பு நடத்திய நெப்போலியன், இறுதியில் ரஷ்யப் படைகளிடம் படுதோல்வியடைந்து திரும்பி ஓட வேண்டிய நிலை ஏற்பட்டது.

19-ம் நூற்றாண்டின் தொடக்க காலத்தில் மேற்கு ஐரோப்பிய நாடுகள் தொழில் துறையில் வேகமாக முன்னேற ஆரம்பித்த பொழுது ரஷ்யா மிகவும் பின்தங்கிப்போனது. ரஷ்யாவைப் போல் 12 மடங்கு இரும்பை இங்கிலாந்து 1860-ம் ஆண்டில் உற்பத்தி செய்தது. அதேபோல் ரயில் போக்குவரத்திலும் இங்கிலாந்து, ரஷ்யாவை விட வெகுவாக முன்னேறியது. மொத்தத்தில் ஜார் மன்னர்கள் மக்களையும் கவனிக்கவில்லை. நாட்டையும் கவனிக்கவில்லை.

ரஷ்ய ராணுவத்திலும் கட்டுப்பாடு குறைய ஆரம்பித்தது. அத்துடன் மற்றொரு போக்கும் இதனோடு சேர்ந்துகொண்டது. முற்போக்கு மனோபாவம் கொண்டிருந்த அதிகாரிகளும் மேல்தட்டுப் பகுதியினரும் உயர்குடியினரும் முதன் முறையாகப் புரட்சிகர நடவடிக்கைகளில் இறங்கினர். டிசம்பர் மாதத்தில் இவர்கள் நடவடிக்கையில் இறங்கியதால் இவர்கள் 'டிசம்பர் வாதிகள்' (Decemberists) என்ற பெயரினைப் பெற்றனர்.

இதைத்தொடர்ந்து பல்வேறு ரகசியக் கழகங்கள் ரஷ்யாவில் தோன்றின. இந்தக் கழகங்களைச் சேர்ந்த உறுப்பினர்கள் எழுச்சிக்குத் திட்டமிட்டனர். இதில் முக்கியப் பங்காற்றியவை உக்ரைன் பகுதியில் இருந்த 'தெற்கத்தியக் கழகம்', செயின்ட் பீட்டர்ஸ்பர்க்கிலிருந்த 'வடக்கத்தியக் கழகம்' ஆகிய இரு பெரும் கழகங்கள் ஆகும். இவற்றின் நோக்கம், பண்ணையடிமை முறையை ஒழித்துக் கட்டுவது, திடீரென ராணுவ அதிகாரத்தைக் கைப்பற்றுவதன் மூலம் ஓர் அரசியல் சட்டத்தைப் பிரகடனம் செய்வது.

அச்சமயத்தில் ஜார் மன்னனான முதலாம் அலெக்ஸாண்டர் இறந்து போனான். முதலாம் நிக்கோலஸ் என்பவன் புதிய ஜார்

மன்னனானான். இதையொட்டி வடக்கத்தியக் கழகம் ஓர் அதிரடித் திட்டத்தை வகுத்தது. அதன்படி புரட்சிப் படைகள், ஜார் மன்னன் வசித்து வந்த குளிர்கால மாளிகையையும், பீட்டர்-பால் கோட்டையையும் கைப்பற்றிக்கொள்ள வேண்டும். பிறகு செனட் கட்டிடத்தைச் சுற்றி வளைத்துகொண்டு எதேச்சாதி காரமும் பண்ணையடிமை முறையும் ஒழிக்கப்படுவதாக நாட்டுக்கு ஒரு பிரகடனத்தை விடுக்கும்படி செனட்டை நிர்ப் பந்திக்க வேண்டும்.

இத்திட்டத்தின்படி 1825-ம் ஆண்டு டிசம்பர் 14-ம் தேதி காலையில் மூவாயிரம் புரட்சி ராணுவத்தினர் செனட் சதுக்கத்தில் கூடினர். ஆனால், தலைவர்கள் ஒரே முடிவில் செயல்படத் தயங்கியதால் போராட்டத்தை முன்னெடுத்துச் செல்ல முடியவில்லை. புதிய ஜார் மன்னன் தனது துருப்புகளை அனுப்பி செனட் சதுக்கத்தை வளைத்துக் கொண்டு, அங்கிருந்தவர்களை காக்கை, குருவி களைச் சுடுவது போல் சுட்டுக் கொன்றான். இந்த டிசம்பர் இயக்கத் தலைவர்கள் ஐவர் கைது செய்யப்பட்டு பீட்டர்-பால் கோட்டையில் தூக்கிலிடப்பட்டனர். நூற்றுக்கும் மேற்பட்டோர் கடுங்காவல் தண்டனை விதிக்கப்பட்டு சைபீரியாவுக்கு அனுப்பி வைக்கப்பட்டனர்.

இந்த முதற்பெரும் எழுச்சி கொடூரமாக ஒடுக்கப்பட்டபோதி லும், அது, ரஷ்ய நாடு முழுவதிலும் அறிவுஜீவிகளிடையே பெரும் கொந்தளிப்பை ஏற்படுத்தியது. குறிப்பாக அலெக் ஸாண்டர் புஷ்கின் போன்றோரின் எழுத்துகள், நிக்கொலாய் கோகோலின் சிறுகதைகள், நாடகங்கள், மிகையில் லெர்மந்தோ வின் கவிதைகள், அரசியல் சமூகக் கட்டுரைகள் இந்தக் கொந் தளிப்பைப் பிரதிபலித்தன.

மற்றொரு முக்கிய நிகழ்ச்சிப் போக்கும் இங்கே சுட்டிக் காண் பிக்கப்பட வேண்டும். புரட்சிகர எழுத்தாளர் அலெக்ஸாண்டர் இவானோவிச் ஹெர்ஸன், 1853-ம் ஆண்டில் லண்டனில் சுதந்தர ரஷ்ய அச்சகத்தை நிறுவி 'துருவ நட்சத்திரம்', 'மணி' (கோல கோல்) போன்ற ஏடுகளைச் சட்ட விரோதமாக வெளியிடத் தொடங்கினார். மற்றொரு புரட்சிகர எழுத்தாளர் நிக்கொலாய் செர்னிஷெவ்ஸ்கி 'சமகாலம்' என்ற ஏட்டில் எழுதினார். இவர் களின் எழுத்துகள், ஜார் மன்னராட்சிக்கு எதிராகப் புரட்சிகர ஜனநாயகவாதிகள் போராட்டத்தில் இறங்கிவிட்டனர் என் பதைச் சுட்டிக் காண்பித்தன. மக்கள் புரட்சியே விமோசனத்

துக்கான ஒரே மார்க்கம் என அவர்கள் கண்டனர். அதற்கான தயாரிப்பிலும் பெரிய அளவில் ஈடுபட்டனர். (கான்ஸ்தந்தீன் தர்னோவஸ்கி: சோவியத் யூனியன் சித்திர வரலாறு).

மொத்தத்தில், ஒரு கொந்தளிப்பான சூழ்நிலை உருவாகும் நேரத்தில் 1854-ல் கிரிமிய யுத்தம் வெடித்தது. இதில் ரஷ்யா தோல்வியடைந்தது. பண்ணையடிமைகள் நிர்ப்பந்திக்கப்பட்டு அடித்து உதைத்து வேலை வாங்கப்பட்டதால், அவர்கள் உற்பத்தி யில் ஆர்வம் காண்பிக்கவில்லை. உணவு உற்பத்தி மிகவும் குறைந்தது. கிராமப் புறங்கள் கொந்தளிக்கத் தொடங்கின. பல பகுதிகளில் கலவரங்கள் வெடித்தன.

நாட்டில் புரட்சிகர உணர்வுகள் அதிகரித்து வருவதை ஜார் மன்னர் கண்டுகொண்டார். இனி எதிர்ப்புகளைச் சமாளிக்க முடியாது என்று அவருக்குத் தெரிந்துபோனது. 1861-ம் ஆண்டு பிப்ரவரி 19-ம் தேதியன்று ஜார் மன்னர் ஒரு அறிவிப்பை வெளியிட்டார். அதன் சாராம்சம் இதுதான். 'பண்ணையடிமை முறை ஒழிக்கப்பட்டு விட்டது.'

2

ஆடுகள், மாடுகள், அடிமைகள்

ஜார் மன்னரின் பிரகடனம் ஓர் உதவாக்கரை பிரகடனம் என்பது விரைவில் வெட்டவெளிச்ச மானது.

பண்ணையடிமை முறை ஒழியவில்லை. வேறொரு முகமூடியில் உலா வந்தது. சுரண்டல் களும் சூழ்ச்சிகளும் நிரம்பிக் கிடந்தன. நிலப்பிரபுக்களின் நிலங்கள் விவசாயிகளுக்கு, கொடிய குத்தகைக்குத் தரப்பட்டன. தங்களுக்கு வழங்கப்பட்டுள்ள நிலத்தில் அவர்கள் கடுமை யாக உழைத்து, அமோகமாக விளைவித் தால்தான் நிலப்பிரபுக்கள் விதித்திருக்கும் மிக அதிகமான குத்தகைப் பணத்தை அவர்களுக்குக் கட்ட முடியும். அதோடு மட்டுமல்லாமல், விவசாயிகள் தங்களது சொந்த ஏர், கலப்பை மற்றும் குதிரைகளைக் கொண்டு நிலப்பிரபுவின் ஒரு பகுதி நிலத்தில் இலவசமாக உழுது, பயிரிட்டு தானியம் அறுத்துத் தரவேண்டும். இது 'அட்ரா போட்கி', அதாவது 'உழைப்புக் குத்தகை' என்று கூறப்பட்டது.

நிலப்பிரபுக்கள் இத்தோடு விட்டுவிடவில்லை. விவசாயிகளைச் சுரண்ட வேறு பல முறைகளையும் கையாண்டனர். தொட்டதற்கெல்லாம் அபராதம். எதற்கெடுத்தாலும் வரி. விளைபொருளை இலவசமாகத் தரச் சொல்லி கட்டாயப்படுத்தினர். மொத்தத்தில், விவசாயிகள் படுபரிதாப நிலைக்குத் தள்ளப்பட்டனர். எப்படியாவது அந்த நரகத்திலிருந்து தப்பிக்க எண்ணிய விவசாயிகள், தொழிற்சாலைகள் பெருகிக் கொண்டிருந்த நகரங்களை நோக்கி வேறு பிழைப்புத் தேடி ஓடினார்கள்.

விவசாயிகள், கூலிகளாக மாறிப்போனார்கள். இதனால் ரஷ்யாவின் இளம் முதலாளித்துவ வர்க்கத்தினருக்கு மிகக் குறைந்த கூலியில் வேலை செய்ய தொழிலாளர்கள் கிடைத்தனர். ஆனால் இந்த மாற்றத்தால் அவர்களுக்கு நிம்மதியான வாழ்க்கையொன்றும் கிடைத்துவிடவில்லை. ஜார் மன்னனின் கொடுங்கோல் அவர்களை வாட்டி வதைத்தது. விவசாயிகளையும் தொழிலாளர்களையும் கண்காணிக்க, ஒடுக்க, ராணுவம், நகரக் காவல் துறை, கிராமக் காவல் துறை போன்ற அமைப்புகள் ஈடுபடுத்தப்பட்டன. அரசாங்கத்துக்குக் கட்டுபட மறுப்பவர்களுக்குக் கடுமையான தண்டனைகள் வழங்கப்பட்டன. 1903-ம் ஆண்டு வரை இந்த அவல நிலை மாறவில்லை.

ஜார் அரசாங்கம் மற்றொரு மோசமான காரியத்தையும் செய்தது. ரஷ்ய தேசிய இனத்தைச் சேர்ந்தவர்களுக்கு மட்டுமே உரிமைகள் அளித்தது. இதர தேசிய இனங்களைச் சேர்ந்தவர்களுக்கு அடிப்படை உரிமைகள்கூட கிடையாது. ரஷ்யாவிலேயே தங்கிஇருந்தாலும், அவர்கள் ரஷ்யர்களாக ஏற்றுக் கொள்ளப்படவில்லை. அரசாங்க அறிக்கைகள்படி அவர்கள் 'அந்நியர்கள்.'

சிறுபான்மையினரான இவர்களை ஜார் அரசாட்சி ஒரு பொருட்டாகவே மதிக்கவில்லை. நிர்வாக, நீதிமன்ற மொழியாக ரஷ்ய மொழியே வைக்கப்பட்டது. ரஷ்ய மொழி தவிர இதர தேசிய இன மொழிகளில் பத்திரிகை, புத்தகங்கள் வெளியிடத் தடை விதிக்கப்பட்டது. அதேபோல் மற்ற தேசிய இன மாணவர்களுக்கு அவர்களது தாய் மொழியில் கல்வி புகட்டக் கூடாது என்றும் உத்தரவு இடப்பட்டது. ரஷ்ய அரசாங்கம், இதர தேசிய இனங்களைச் சேர்ந்த மக்களிடையே மோதல்களைத் தூண்டி விட்டது. யூதர்களைக் கொள்ளையடிக்கும்படியும், அவர்களைக்

கொலை செய்யும்படியும் பிற மக்களைத் தூண்டி விட்டது. இனமோதல்கள் பெரிய அளவில் வெடித்தன. சுருக்கமாகச் சொல்ல வேண்டுமானால் ஜார் மன்னனின் ரஷ்யா, சிறுபான்மை மக்களின் சிறைச்சாலையாக மாறிப்போனது. மக்கள் தமக் குள்ளாக சண்டையிட்டுக்கொண்டிருந்ததால், அரசாட்சியைப் பற்றி யாரும் கவலைப்படமாட்டார்கள் என்று ஜார் மன்னர் கணக்குப் போட்டார். அந்தக் கணக்கு மெய்யானது.

3

உங்கள் அறையில் எத்தனை பேர்?

'எப்படி இருக்கிறீர்கள்?'

'இருக்கிறேன்!'

'உங்கள் அறையில் எத்தனை பேர் இருக்கி றீர்கள்?'

'12 பேர்.'

'நாங்கள் பரவாயில்லை. எங்கள் அறையில் 11 பேர் தான் இருக்கிறோம்.'

இப்படி ரஷ்யர்கள் பேசிக்கொள்வது சர்வ சாதாரணம்.

ஒரு வீட்டில் 12 தொழிலாளர்கள் தங்கியிருப்பது என்பது சர்வ சாதாரணம். அதுவும், வீடு என்றால் வீடு கிடையாது, ஓர் அறை மட்டுமே. அந்த அறை கூட ஒழுங்காக இருக்காது. பாழடைந்து போயிருக்கும். சுவர் முழுக்க கரியும், அழுக்கும் சேர்ந்து போயிருக்கும். வெள்ளையடிக்கவோ, சிறு சிறு மாற்றங்கள் செய்யவோ காசிருக்காது. பட்டிகளில் அடைக்கப்பட்ட விலங்குகளைப்

போல வாய் பேசாமல் அடங்கியிருப்பார்கள். வியர்வை நாற்றம் அறை முழுவதும் நிறைந்திருக்கும். 'இன்று நீ, நாளை நான்!' என்று முறை போட்டுக்கொண்டுதான் உறங்க வேண்டியிருக்கும்.

வேறு வழியில்லை. இப்படித்தான் வாழவேண்டி இருந்தது. இப்படித்தான் வாழ்ந்தார்கள்.

1865 முதல் 1890 வரை இந்தக் கொடுமை தொடர்ந்தது. இதே கால கட்டத்தில்தான் முதலாளித்துவம் வளர்ச்சி காணத் தொடங்கி இருந்தது. ஆலைத்தொழில் முதல் ரயில்வேக்கள் மற்றும் சுரங்கத் தொழில்கள் வரை பெரும் வளர்ச்சி ஏற்படத் தொடங்கியது. பெரிய மில்கள், ஆலைகள் மற்றும் ரயில்வே பணிகளில் ஈடு பட்டிருந்த தொழிலாளர்களின் எண்ணிக்கை 7 லட்சத்திலிருந்து 14 லட்சமாக உயர்ந்தது. அதாவது 100 சதவிகிதம் அதிகரித்தது. அதே போல், பாட்டாளி வர்க்கத்தினர் என்றழைக்கப்படும் நவீன இயந் திரத் தொழிலாளர்களின் எண்ணிக்கையும் அதிகரித்தது.

எண்ணிக்கை பெருகி என்ன பயன்?

தொழிலாளர்கள் தினமும் 14 மணி முதல் 15 மணி நேரம் வரை உழைக்க வேண்டியிருந்தது. இந்த நிலை ஆண்கள், பெண் களுக்கு மட்டுமல்ல. சிறுவர்களுக்கும் கூடத்தான். உடல்நலம் சரியில்லை என்று சொல்லி வேலைக்குப் போகாமல் இருந்துவிட முடியாது. சரியாகத் தூங்காமல் ராட்ச இயந்திரங்களில் அகப் பட்டுக்கொண்டு கையையும், காலையும் இழந்தவர்களின் எண் ணிக்கையை இதுவரை யாரும் கணக்கிடவில்லை. உதாரணத் துக்கு இயந்திரப் பல்சக்கரத்தில் மாட்டிக்கொண்டு ஒரு தொழி லாளி தனது கையை இழந்துவிடுகிறார் என்று வைத்துக் கொள்வோம். அதிகாரிகளும் மேற்பார்வையாளர்களும் என்ன செய்வார்கள்? உடனடியாக ஒரு குழுவை அவசர அவசரமாக சம்பவ இடத்துக்கு அனுப்பி வைப்பார்கள். எதற்கு? தொழி லாளிக்கு அவசரச் சிகிச்சை அளிக்கவா? அல்ல. இயந்திரம் கோளாறாகி நின்றுவிட்டால் வேலை கெட்டுவிடும். எவ்வளவு வேலை கெடுகிறதோ அந்த அளவுக்கு லாபம் குறைந்துவிடும். எனவே, இயந்திரத்தைப் பழுது பார்க்க வேண்டியது அவசியம். அப்படியானால் அடிபட்ட தொழிலாளியின் கதி? அவனை அகற்றிவிட்டு வேறொருவனை நியமித்துவிடுவார்கள். இயந் திரத்துக்குத்தான் பஞ்சம். தொழிலாளர்கள் வேண்டிய நேரத்தில் வேண்டிய அளவுக்கு கிடைப்பார்கள்.

பணியகத்தில் உடலுறுப்புகளை இழந்தவர்களுக்கும் உயிரை இழந்தவர்களின் குடும்பத்தினருக்கும் எந்தவித நிவாரண உதவியும் கிடையாது. மருத்துவச் செலவுகளுக்கான பணம் கூட கொடுக்கப்படுவதில்லை. தொழிலாளர் பாதுகாப்புச் சட்டங்கள், நல்வாழ்வுச் சட்டங்கள் என்று எதுவும் கிடையாது. எத்தனை மணிநேரம் உழைத்தாலும் அவர்களுக்குக் கிடைக்கும் கூலி மிகமிகக் குறைவு. மிஞ்சி மிஞ்சிப் போனால் மாதத்துக்கு 7 அல்லது 8 ரூபிள்கள் மட்டுமே கிடைக்கும். உலோக மற்றும் வார்ப்புத் தொழிற்சாலைகளில் மட்டும் 35 ரூபிள் வரை கொடுக்கப்பட்டது. வேலை உத்தரவாதம் கிடையாது. எப்போது வேண்டுமானாலும் விரட்டி விடப்படலாம் என்ற நிலை. அவர்களுக்குப் பசியெடுத்தால்கூட அருகிலுள்ள கடைக்குச் சென்று தேவையானதை வாங்கிக்கொள்ள முடியாது. அவர்கள் வேலை பார்க்கும் ஆலைகளுக்குச் சொந்தமான கடைகளுக்குச் சென்றுதான் வாங்க வேண்டும். ஆனால், அங்கு பொருள்களின் விலை வெளியில் இருப்பதைவிட அதிகமாகவே இருக்கும்.

இது போக தொழிலாளர்களுக்கு நிர்ணயிக்கப்பட்டிருந்த குறை வான ஊதியமும் அவர்களுக்கு முழுதாகக் கிடைக்கவில்லை. நிர்வாகங்கள் எதற்கெடுத்தாலும் தொழிலாளர்கள் மீது அபராதங் கள் விதித்தன. அந்த அபராதத் தொகை அவர்களின் சம்பளத்தில் பிடித்தம் செய்யப்பட்டது. மொத்தத்தில், ஒரு மனிதனை எந்த அளவுக்குச் சுரண்டலாமோ அந்த அளவுக்கும் மேலாகவே சுரண்டினார்கள்.

இதற்கு மேலும் பொறுக்க முடியாது எனும் கட்டத்தில் தொழி லாளர்கள் திமிறி எழுந்தனர். வேலை நிறுத்தத்தில் ஈடுபடத் துணிந் தனர். எதிர்ப்பு வன்முறையாகவும் வெடித்தது. இயந்திரங்களை உடைத்துத் தூள் தூளாக்கினர். ஆலை நிர்வாகத்தின் அலுவலகங் களையும், அது நடத்தி வந்த கடைகளையும் நாசம் செய்தனர்.

நாள்கள் செல்லச் செல்ல எதிர்ப்பு வலுவடைந்துகொண்டே சென்றது.

1875-ம் ஆண்டில் ரஷ்யாவில் முதல் தொழிலாளர் சங்கம் ஒடெஸ்ஸா நகரில் உருவாக்கப்பட்டது. அதற்கு வைக்கப்பட்ட பெயர் தென் ரஷ்யத் தொழிலாளர் சங்கம். ஆனால், ஜார் அரசாங்கம் தொடர்ந்து தாக்குதல் தொடுத்த காரணத்தால், இந்தச் சங்கத்தால் ஒன்பது மாதங்களுக்கு மேல் தாக்குப்பிடிக்க முடியவில்லை.

1878-ம் ஆண்டு செயின்ட் பீட்டர்ஸ்பர்க் நகரில் வட ரஷ்யத் தொழிலாளர் சங்கம் அமைக்கப்பட்டது. இதற்குக் கால்டூரின் என்ற தச்சுத் தொழிலாளியும், அபனார்ஸ்கி என்ற பட்டறைத் தொழிலாளியும் தலைமை தாங்கினர். அபனார்ஸ்கி சிறிது காலம் வெளிநாடுகளில் வசித்தவர். அச்சமயத்தில் பலநாடுகளில் செயல்பட்டு வந்த சமூக ஜனநாயகக் கட்சிகளின் நடவடிக்கை களையும், கார்ல் மார்க்ஸ் தலைமை தாங்கி நடத்திய முதலாவது கம்யூனிஸ்ட் அகிலத்தின் செயல்பாடுகளையும் நேரில் கண்டவர் ஆவார். அதன் தாக்கம் அவர் மீது இருந்தது.

மேற்கு ஐரோப்பிய நாடுகளின் சமூக-ஜனநாயக தொழிற் கட்சி களின் கொள்கைகள், நோக்கங்களையே தாங்கள் பின்பற்றப் போவதாக வட ரஷ்யத் தொழிலாளர் சங்கம் பிரகடனம் செய்தது. 'சோஷலிசப் புரட்சியை உருவாக்குவதே தனது இறுதியான லட்சியம். நடைமுறையிலிருக்கும் அரசியல், பொருளாதார அமைப்புமுறை அநியாய முறையாகும். இம்முறையைத் தலைகுப்புறக் கவிழ்ப்பதே எங்கள் நோக்கம்' என அவர்கள் முழங்கினர்.

இந்தச் சங்கமானது பேச்சுரிமை, கூட்டம் கூடும் உரிமை, பிரசுரங் கள் வெளியிடும் உரிமை, மக்களுக்கு அரசியல் உரிமை மற்றும் அரசியல் சுதந்தரத்தை அடைவதை தனது நோக்கமாக அறி வித்தது. தொழிலாளர்களின் வேலை நேரம் குறைக்கப்பட வேண்டுமென்பது அவர்களின் முக்கியக் கோரிக்கையாக இருந் தது. வேலை நிறுத்தங்களை நடத்துதல், அவற்றில் பங்கெடுத்துக் கொள்ள தொழிலாளர்களை ஊக்குவித்தல், வேலை நிறுத்தங் களுக்குத் தலைமை தாங்குதல் போன்றவற்றில் முனைப்பாக ஈடுபட்டது.

சும்மா இருக்குமா ஜார் அரசாங்கம்? சங்கம் உடைத்துத் தகர்க்கப் பட்டது.

இதே காலகட்டத்தில் ரஷ்யாவில் ஒரு புதிய அரசியல் போக்கு தோன்ற ஆரம்பித்தது. ஒரு புதிய அரசியல் குழுவினர் அரசியல் அரங்கில் உருவெடுக்க ஆரம்பித்தனர். அவர்கள் தங்களுக்கு இட்டுக் கொண்ட பெயர் 'நரோத்னிக்குகள்.'

4

புதிய காவலாளி

ரஷ்ய மொழியில் 'நரோத்' என்றால் மக்கள் என்று பொருள். 'நரோத்னிக்' என்றால் 'மக்களிடம் செல்வது' என்று பொருள்படும். 'நமக்குத் தேவைப் படுவதெல்லாம், நாம் செய்ய வேண்டியதெல் லாம் ஒன்றுதான். அது விவசாயப் புரட்சி' என்பதே நரோத்னிக்குகள் முன்வைத்த முழக்கம்.

'தொழிலாளர் வர்க்கம் என்பது புரட்சிகரமான சக்தி அல்ல, விவசாய வர்க்கமே புரட்சிகர சக்தியாகும். விவசாய 'கம்யூன்கள்' மூலம், முதலாளித்துவ சமூகத்துக்குச் செல்லாமலே நேரடியாக உயர்மட்ட கம்யூனிச சமுதாயத் துக்குச் செல்ல முடியும்'- நரோத்னிக்குகளின் நம்பிக்கை இதுதான். தொடக்கத்தில் இக் கருத்தை உருவாக்கியவர்கள் அலெக்ஸாண்டர் ஹெர்சனும், செர்னிசெவ்ஸ்கியும் ஆவர். பின்னர் பிளக்கானோவ், பகுனின், லாவ்ரோவ் போன்றோர் இந்த அமைப்பில் சேர்ந்தனர்.

அன்று ரஷ்யாவில் கிராமக் கூட்டுச் சமுதாய முறை நிலவியது. அதில் அவர்கள் பலமாகக்

கருதியது, நிலத்தை பொதுவுடைமையாக வைத்திருப்பதைத் தான். தனி விவசாயக் குடும்பங்களுக்கு, குறித்த கால உபயோகத் துக்கு நிலங்கள் பிரித்துக் கொடுக்கப்பட்டன. சமநிலை ஏற்படுத்தும் நோக்கத்துடன் அவ்வப்போது நிலங்கள் மறுபங்கீடு செய்யப்பட்டன. இந்த முறையைத்தான் நரோத்னிக்குகள் 'சோஷலிசத்தின் கரு' என்று கருதினர்.

தங்களை மக்கள் நலன் காக்கும் காவலர்களாக பிரகடனப் படுத்திக் கொண்டனர். ஜார் மன்னனின் எதேச்சதிகாரம், நிலப் பிரபுத்துவ ஒடுக்குமுறையை எதிர்த்து துணிச்சலாகப் போராடி உயிர்த் தியாகம் செய்தனர். ஆனால், அவர்கள் தேர்ந்தெடுத்த அரசியல் பாதை தவறானதாக இருந்ததால் பலன் கிட்டவில்லை.

எதேச்சதிகாரத்தையும் நிலப்பிரபுத்துவத்தையும் எதிர்த்துக் கிளர்ச்சி செய்யும் பொருட்டு விவசாயிகளைத் தூண்டுவதற்காக நரோத்னிக்குகள் கிராமங்களுக்குச் சென்று பிரசாரம் செய்தனர். ஆனால், இந்தப் பிரசாரம் விவசாயிகளிடையே எந்தவிதக் கிளர்ச்சியையும் ஏற்படுத்தவில்லை. ஜார் மன்னனின் காவல் துறை இந்த இயக்கத்தில் பங்கேற்ற நான்காயிரம் பேரைக் கைது செய்து சிறையிலடைத்தது. எனவே நரோத்னிக்குகள் தங்கள் நடைமுறை வழியை மாற்றிக்கொள்ள வேண்டியிருந்தது.

1876-ல் ஒரு ரகசிய அமைப்பு உருவாக்கப்பட்டது. அதன் பெயர் 'நிலமும் விடுதலையும்' (ஜெம்லியா-இ-வோல்யா). இதில் பிரதானமானவர்கள் அலெக்ஸாண்டர் மிகையீலோவ், கியோர்கி பிளக்கானோவ் ஆகியோராவர். இவர்களாலும் விவசாயிகளைக் கிளர்ந்தெழச் செய்யமுடியவில்லை. மூன்று ஆண்டுகளுக்குப் பிறகு இந்த அமைப்பு 'பொது மறுவிநியோகம்' (சோர்னி பெரெநெல்) என்றும், 'மக்களின் விருப்பம்' (நரோத்னயா வோல்யா) என்றும் இரண்டாகப் பிளவுபட்டது. பிளக்கானோவ் முதல் அமைப்பின் தலைவராக விளங்கினார். அது விவசாயி களிடையே சிறிது காலம் தொடர்ந்து வேலை செய்தது.

தொழிலாளர்கள் ஒன்று சேர்ந்து போராடிய முறைக்கும் விவசாயி கள் ஒன்றிணைந்து போராடிய முறைக்கும் அடிப்படையில் பல வித்தியாசங்கள் இருந்தன.

'மக்கள் விருப்பம்' அரசாங்கத்தை எதிர்த்துப் போராட பயங்கர வாதத்தை கையில் எடுத்துக்கொண்டது. மக்களைக் கிளர்ந்தெழச்

செய்து புரட்சியை உண்டாக்க வேண்டும், அதற்கு என்ன செய்யலாமென யோசித்த அந்த அமைப்பினர் ஜார் மன்னன் இரண்டாம் அலெக்ஸாண்டரைக் கொலை செய்யத் திட்டம் தீட்டினர். கொலை முயற்சிகள் தோல்வியடைந்தன. ஓரிரு முறையல்ல, எட்டு முறைகள். இறுதியில், ஒன்பதாவது முயற்சி வெற்றி கண்டது. 1881-ம் ஆண்டு முதல் தேதியன்று இக்னதி கிரினவெத்ஸ்கி என்ற நரோத்னிக் வீசிய வெடிகுண்டால் ஜார் மன்னன் கொல்லப்பட்டான்.

ஒட்டுமொத்த சர்வாதிகாரக் கட்டுமானத்தையும் அசைத்து விடலாம் எனும் கனவுடன்தான் நரோத்னிக்குகள் செயல் பட்டனர். ஆனால் அவர்கள் எதிர்பார்த்தது நடக்கவில்லை. ஜார் அரசன் இறந்தான். ஆனால், இரண்டாம் அலெக்ஸாண்டருக்குப் பதிலாக மூன்றாம் அலெக்ஸாண்டர் ஜார் மன்னர் ஆனான். அதே போல் மக்கள் தமது அதிரடி நடவடிக்கையால் கிளர்ச்சி அடைவார்கள் என்று அவர்கள் நினைத்தனர். இந்தக் கனவும் வீண்போனது. மக்களிடம் எந்தக் கொந்தளிப்பும் ஏற்பட வில்லை. புரட்சி வெடிக்கவில்லை. ஏமாற்றமடைந்த 'மக்கள் விருப்பம்' நரோத்னிக் குழுவினர் மூன்றாம் அலெக்ஸாண்ட ருக்குக் கடிதம் ஒன்றை அனுப்பினர். பொது மன்னிப்பு வழங்கி நாட்டின் அரசியல் சமூக நிலைமை குறித்து விவாதிப்பதற்கு மக்கள் பிரதிநிதிகள் அடங்கிய ஒரு மாநாட்டைக் கூட்டினால், மேற்கொண்டு எந்தப் பயங்கரவாத நடவடிக்கையிலும் தங்கள் அமைப்பினர் ஈடுபடமாட்டார்கள் என அந்தக் கடிதத்தில் குறிப்பிட்டிருந்தனர்.

ஆனால், ஜார் மன்னன் அதற்குப் பதில் அளிக்கும் வகையாக கொடூரமான ஒடுக்குமுறையைக் கட்டவிழ்த்து விட்டார். 'மக்கள் விருப்பம்' அமைப்பின் பெரும்பாலான நிர்வாகக் குழு உறுப்பினர்கள் கைது செய்யப்பட்டனர். ஐந்து முக்கியத் தலைவர்கள் தூக்கிலிடப்பட்டனர். இது அந்த இயக்கத்துக்குக் கிடைத்த பெரும் அடியாக விழுந்தது. அவர்களின் விடுதலை இயக்கத்தையும் முடக்கிவிட்டது.

5

தொழிலாளர் விடுதலைக் குழு

1880-களில் 'மக்கள் விருப்பம்' குழுவினர் ஜார் மன்னனுக்கெதிரான சதி முயற்சியில் ஈடுபட்டிருந்த நேரத்தில் நரோத்னிக்குகளின் மற்றொரு அமைப்பான 'பொது மறு விநியோக'க் குழுவினர் ஜார் மன்னனின் அடக்கு முறையிலிருந்து தப்புவதற்காக அயல்நாடுகளில் தஞ்சம் புகுந்தனர். இவர்களில் பிளக்கானோவ், பவேல் ஆக்சல்ராடு, வெரா ஜாசுரிச் ஆகியோர் முக்கியமானவர்கள்.

ரஷ்யாவிலிருந்து ஜெனீவாவுக்குத் தப்பிச் சென்ற பிளக்கானோவும் அவரது தோழர்களும் தீவிரமாக கம்யூனிச சித்தாந்தங்களை வாசிக்கத் தொடங்கினர். முதன்முறையாக கார்ல் மார்க்சும், பிரெடரிக் எங்கல்சும் எழுதிய 'கம்யூனிஸ்ட் கட்சி அறிக்கை'யைப் படித்தனர். பின்னர் 'கூலி உழைப்பும் மூலதனமும்', 'கற்பனா சோஷலிசமும் விஞ்ஞான சோஷலிசமும்' போன்ற நூல்களைப் படித்தனர். 'மார்க்சியம்தான் சிறந்த கோட்பாடு. அது ஒன்று மட்டுமே தொழிலாளர்களை முதலாளித்துவச் சுரண்டலிலிருந்து விடுவித்து சோஷலிசச் சமுதாயத்தை உருவாக்கும்' என்ற தீர்க்கமான

முடிவுக்கு வந்த பிளக்கானோவ் அதைப் பரப்பும் பணியில் இறங்கினார். அவரது தோழர்களும் அதை ஏற்றுக் கொண்டனர். இதன்மூலம் நரோத்னிக் கொள்கையிலிருந்து அவர்கள் தங்களை முற்றிலும் துண்டித்துக் கொண்டனர்.

முதன் முறையாக கம்யூனிசம் ரஷ்யாவில் அழுத்தமாகக் கால் பதிக்கத் தொடங்கியது.

மார்க்சியத் தத்துவத்தைப் பரப்புவதையே தனது முதல் பெரும் கடமையாகக் கொண்ட பிளக்கானோவ், 1883-ம் ஆண்டில் 'தொழிலாளர் விடுதலைக் குழு' என்ற அமைப்பை ஜெனீவாவில் உருவாக்கினார். இந்தக் குழுவினர் கம்யூனிஸ்ட் கட்சி அறிக்கை, கூலி உழைப்பும் மூலதனமும், கற்பனா சோஷலிசமும் விஞ் ஞான சோஷலிசமும் போன்ற மார்க்சிய நூல்களை ரஷ்ய மொழி யில் மொழி பெயர்த்து ஜெனீவாவிலேயே அச்சிட்டு ரகசியமாக ரஷ்யாவுக்குள் பரப்பினார்கள். அவர்களும் சில நூல்களை எழுதினார்கள்.

ரஷ்யாவில் மார்க்சியத்தைப் பரப்பும் பணியில் இறங்கிய இந்தக் குழுவினர் அங்கே பெரும் தடைக்கற்களைக் கடக்க வேண்டி இருந்தது. நரோத்னிக்குகளின் ரகசிய அமைப்பை ஜார் அரசாங் கம் தகர்த்துவிட்ட போதிலும் அங்கே புரட்சிகர மனோபாவம் கொண்டிருந்த அறிவுஜீவிகளிடையே அந்தக் கருத்து வேர் கொண்டிருந்தது. அவர்கள், ரஷ்யாவில் மார்க்சிய தத்துவம் பரவுவதைக் கடுமையாக எதிர்த்தனர். எனவே அவர்களுடைய கருத்துகளைத் தகர்க்க வேண்டிய வேலையை பிளக்கானோவ் செய்ய வேண்டியிருந்தது.

நரோத்னிக்குகளின் கருத்தை முறியடிக்காமல், ரஷ்யாவில் மார்க்சியம் வளர முடியாது என்பதைக் கண்ட பிளக்கானோவ், 'சோஷலிசமும் அரசியல் போராட்டமும்', 'நம்முடைய வித்தி யாசங்கள்', 'சரித்திரத்தின் ஒருமைவாத வளர்ச்சியைப் பற்றி' போன்ற மார்க்சிய நூல்களை எழுதி நரோத்னிக்குகளின் கொள்கையைத் தகர்த்தார்.

புரட்சிக்காரர்களின் பணி என்ன என்பதை பிளக்கானோவ் தெளி வாகச் சுட்டிக்காட்டினார். அவை : தொழிலாளர் வர்க்கத்தின் ஆதரவைப் பெறுவது, அதை அமைப்பு முறையில் உருவாக்கு வது, தனக்கென்று சொந்தமாகத் தொழிலாளர் வர்க்கக் கட்சியை உண்டாக்கிக் கொள்ள உதவி செய்வது ஆகியவைதான்.

புரட்சிக்கு விவசாயி வர்க்கம்தான் தலைமை தாங்க வேண்டும், தொழிலாளர் வர்க்கம் அல்ல என்று நரோத்னிக்குகள் கூறி வந்ததையும் பிளக்கானோவ் உடைத்தெறிந்தார். விவசாயி வர்க்கமானது எண்ணிக்கையில் அதிகமாகவும் அதனுடன் ஒப்பிடும் பொழுது தொழிலாளர் வர்க்கம் எண்ணிக்கையில் பலவீனமாக இருந்தபோதிலும், புரட்சிக்காரர்கள், தொழிலாளர் வர்க்கம் மீதும், அதனுடைய வளர்ச்சியின் மீதும்தான் தங்களுடைய பிரதான நம்பிக்கைகளை வைக்கவேண்டும் என்று கூறிய பிளக்கானோவ் அதற்கு ஒரு காரணத்தையும் கூறினார்.

தொழிலாளர் வர்க்கம் எண்ணிக்கையில் குறைவாகவே இருந்த போதிலும் அது ஓர் உழைப்பாளி வர்க்கம். மிகவும் முன்னேற்ற மடைந்த பொருளாதார அமைப்புடன், அதாவது பெரிய அளவில் இயந்திரங்களைக் கொண்டு நடக்கும் உற்பத்தியுடன் அது சம்பந்தப்பட்டுள்ளது. இதனால் அதற்கு மகத்தான எதிர்கால முள்ளது. ஒரு வர்க்கம் என்ற முறையில் அது ஒவ்வோர் ஆண்டும் அதிகரித்துக்கொண்டே இருக்கிறது. அரசியல் முறையில் வளர்ச்சி அடைந்துகொண்டே இருக்கிறது. புரட்சியில் தன் அடிமை விலங்குகளை இழப்பதைத் தவிர அதனிடம் வேறு ஒன்றும் இல்லை. இதனால்தான் தொழிலாளர் வர்க்கம், இதர அனைத்து வர்க்கங்களையும்விட மிகவும் புரட்சிகரமான வர்க்கமாக உள்ளது என்று பிளக்கானோவ் ஆணித்தரமாக எழுதினார்.

விவசாயி வர்க்கம் ஏன் புரட்சிக்குத் தலைமை தாங்க முடியாது என்பதற்கும் அவர் விளக்கம் கொடுத்தார். அதாவது, விவசாயி வர்க்கம் உழைக்கும் வர்க்கமாக இருந்தபோதிலும் அது மிகவும் பின்தங்கிய பொருளாதார அமைப்புடன் சம்பந்தப்பட்ட வர்க்கம். எனவே அதற்கு எதிர்காலமில்லை.

பிளக்கானோவின் வாதங்கள் தொழிலாளர்களுக்கு மிகுந்த உற்சாகமளிக்கக்கூடியதாக இருந்தன. 'வீரர்களும், புகழ் பெற்ற நபர்களும்தாம் சமூக வளர்ச்சியில் பிரதான பங்கு வகிக்கிறார்கள், மக்கள் கூட்டத்தின் பங்கு அற்ப சொற்பமே' என்று நரோத்னிக்குகள் கூறி வந்ததையும் பிளக்கானோவ் தகர்த்தெறிந்தார். பிளக்கானோவின் எழுத்துகள், அறிவுஜீவிகளிடையே பரவியிருந்த நரோத்னிக் செல்வாக்குக்கு பலத்த அடியைக் கொடுத்தது.

'மக்கள் விருப்பம்' கட்சி ஜார் மன்னனால் ஒடுக்கப்பட்டபின், நரோத்னிக்குகள் அந்த அரசாங்கத்துடன் சமரசம் செய்துகொள்ள வேண்டுமென்றும், அதனுடன் ஓர் உடன்பாட்டுக்கு வர

வேண்டும் என்றும் பிரசாரம் செய்யத் தொடங்கினர். அதன் பின்னர், குலாக்குகள் என்றழைக்கப்பட்ட மிராசுதார்களுடைய நலன்களுக்காகப் பரிந்து பேசும் வகையில் நரோத்னிக்குகள் செயல்பட ஆரம்பித்தனர்.

தொழிலாளர் விடுதலைக் குழு அமைக்கப்பட்டதைத் தொடர்ந்து செயின்ட் பீட்டர்ஸ்பர்க், காஸான் மற்றும் இதர ரஷ்ய நகரங்களில் மார்க்சிய குழுக்கள் உருவாக ஆரம்பித்தன. தொழிலாளர்களிடையே இந்தக் குழுக்கள் தத்துவங்களைப் பிரசாரம் செய்யும் பணியைத் தொடங்கின. இத்தகைய குழுக்களில் ஒன்று 1889-ம் ஆண்டில் மிகையில் புருஸ்னேவ் தலைமையில் அமைக்கப்பட்டது. இந்தக் குழுவானது ரஷ்யாவில் முதலாவது தொழிலாளர் ஆர்ப்பாட்டத்தை நடத்தியது. 1891-ம் ஆண்டில், சட்ட விரோதமான முறையில் செயின்ட் பீட்டர்ஸ்பர்க் தொழிலாளர்களின் முதலாவது மே தினக் கூட்டத்தை நகருக்கு வெளியே நடத்த ஏற்பாடு செய்தது. தொழிலாளர் விடுதலைக் குழுவின் நடவடிக்கைகள், ரஷ்யாவில் மார்க்சியத்தின் அடிப்படைகள் பரவுவதற்குத் துணைபுரிந்தன.

இந்நிலையில், தொழிலாளர் வர்க்கப் போராட்டத்துக்கு ஒரு புதிய ஒளி கிடைத்தது. இந்தப் புதிய புரட்சி ஒளியை ஏற்றி வைத்தவர்கள் கார்ல் மார்க்சும் பிரடெரிக் எங்கெல்சும் ஆவர்.

கம்யூனிச சித்தாந்தத்தை வடிவமைத்த சிற்பிகளான இவர்கள் சுரண்டப்படும் ஒவ்வொருவருக்காகவும், ஒடுக்குமுறைக்கு ஆளான ஒவ்வொருவருக்காகவும் சிந்தித்தனர். ரஷ்ய நாட்டின் நிலைமையைக் குறித்து இவர்களுக்குத் தீர்க்கமான புரிதல் இருந்தது.

கார்ல் மார்க்ஸ், ரஷ்ய நிலைமை குறித்து, அதிலும் குறிப்பாக, ரஷ்ய விவசாய நிலைமை குறித்து நன்றாக அறிந்து கொள்வதற்காகவே ரஷ்ய மொழி பயின்றவர். பன்மொழி வல்லுனரான பிரெடரிக் எங்கல்ஸ் ரஷ்ய மொழியில் நல்ல புலமை பெற்றவர். ரஷ்யப் பிரதிநிதிகளுடன் சரளமாக அம்மொழியில் உரையாடுவார். அதுமட்டுமல்ல, மார்க்சும், எங்கெல்சும் ரஷ்ய இலக்கியங்களில் மிகவும் ஈடுபாடு கொண்டிருந்தனர்.

மார்க்சும் எங்கெல்சும் கூட்டாக எழுதிய ‘கம்யூனிஸ்ட் கட்சி அறிக்கை’ மற்றும் இதர சில நூல்களும் ரஷ்ய மொழியில் பிளக்கானோவின் மொழியாக்கத்தில் வெளியாகி இருந்தன.

மார்க்சின் 'மூலதனம்' நூலின் முதல் பகுதி, நிக்கொலாய்-ஒன் என்பவரால் ரஷ்ய மொழியில் மொழியாக்கம் செய்யப்பட்டது.

'கம்யூனிஸ்ட் கட்சி அறிக்கை'யின் ரஷ்யப் பதிப்புக்கு எழுதிய முகவுரையில் மார்க்ஸ், பின்வருமாறு குறிப்பிடுகின்றார்:

ஜார் மன்னனை ஐரோப்பிய பிற்போக்குச் சக்திகளின் தலைவனாகப் பிரகடனம் செய்தனர். அவன் இன்று புரட்சியின் யுத்தக் கைதியாக இருக்கின்றான்; ரஷ்யா, ஐரோப்பாவின் புரட்சிப் போராட்டத்தில் முன்னணியில் நிற்கிறது.

மார்க்சின் எழுத்துகள் போராளிகளுக்கு புத்துணர்ச்சியை ஏற்படுத்துவதாக அமைந்தது. மார்க்ஸ் தொடாத விஷயங்களே இல்லை என்று சொல்லலாம். பொருளாதாரம், அரசியல், சமூகவியல் என்று பரந்துபட்ட தளங்களில் அவர் இயங்கினார். இலக்கியங்களிலும் அவர் ஆர்வம் கொண்டிருந்தார்.

கார்ல் மார்க்சைப் போலவே எங்கெல்சும் ரஷ்யாவின் நிலைமை களை உன்னிப்பாகக் கவனித்து வந்தார். ரஷ்யாவின் பொருளா தார நிலைமை, தத்துவார்த்தப் போக்குகள் ஆகியவை குறித்து அறிந்துகொள்ளப் பேரார்வம் காண்பித்தார். மார்க்ஸ் எழுதிய எந்தவித நூல்கள் ரஷ்யாவின் படிக்கப்படுகின்றன; எந்தெந்தக் கற்பனாவாத ஆசிரியர்களின் நூல்கள் படிக்கப்படுகின்றன என்பது குறித்தெல்லாம் ரஷ்யாவிலிருந்து லண்டனுக்கு வருபவர் களிடம் அவர் கேட்டறிவது வழக்கம்.

பிரடெரிக் எங்கெல்சைச் சந்தித்து உரையாடிய அ. வோதென் என்ற ரஷ்யர், எங்கெல்சின் ரஷ்ய ஆர்வம் குறித்து ஏராளமான விவரங்களைத் தருகிறார்.

'ரஷ்ய மிதவாதக் கொள்கையின் பல்வேறு வகைகள் பற்றி அறிய அவர் அதிக ஆர்வம் கொண்டிருந்தார். டால்ஸ்டாயின் படைப்பு கள், நரோத்னிக்குகளின் இலக்கியப் படைப்புகள், ரஷ்ய இலக் கிய விமரிசனம் ஆகியவற்றிலும் அவர் அக்கறை காண்பித்தார். ரஷ்ய இலக்கியத்தின் தொன்மையான பிரதிநிதிகளை அவர் மிக உயர்வாக மதித்தார்.

'... பிறகு ரஷ்ய சமூக ஜனநாயகவாதிகள் செய்யவேண்டிய காரி யங்களில் மிகவும் அவசியமானது ரஷ்யாவின் விவசாயப் பிரச்னை கள் குறித்துத் தீவிரமாக வேலை செய்வதே என்னும் தம் கருத்தை எங்கெல்ஸ் வெளியிட்டார். இந்தத் துறையில் நடத்தப்படும்

ஆராய்ச்சி எதிர்காலத்தில் கணிசமான அளவு புதிய விளைவுகளைக் கொண்டுவரும். இந்த விளைவுகள், நிலவுடமை முறைகள், நில உபயோக முறைகள் ஆகியவற்றின் வரலாற்றுக்கும் பல விரிவான தகவல்களை வெளிக்கொண்டு வருமானால், மாறுபட்ட நிலக் குத்தகை என்ற பொருளாதாரக் கோட்பாட்டை அனுசரிக்கவும், சோதித்துப் பார்க்கவும் மிகவும் முக்கியத்துவம் கொண்டுள்ளன' என்று எங்கெல்ஸ் கூறினார்.

பிளக்கானோவைப் பற்றி எங்கெல்ஸ் என்ன நினைத்தார்?

'ரஷ்யாவின் பிரதான பிரச்னையான விவசாயப் பிரச்னையை பிளக்கானோவ் ஆராய்வது மிகவும் விரும்பத்தக்கது. இந்த விஷயத்தில் பிளக்கானோவ், வெறும் வாதப்-பிரதிவாதக் கட்டுரைகளை எழுதிக்கொண்டிருக்காமல் தீவிரமாக ஆராய்ச்சி வேலையில் இறங்க வேண்டும்.'

அ. வோதென் தொடர்கிறார் :

'எங்களது இரண்டாவது உரையாடலின்போது தமக்கு பிளக்கா னோவ் திட்டவட்டமான செய்திகள் எதையும் அனுப்பி வைத் திருக்கிறாரா என்று எங்கெல்ஸ் கேட்டார். நான், பிளக்கானோவின் விருப்பங்களை எடுத்துக் கூறினேன். பிளக்கானோவ் தன்னைத் தானே பாதுகாக்க வேண்டியுள்ளது என்றும், மார்க்சீயத்தின் அடிப்படைக் கோட்பாடுகளையும், அவற்றின் நடைமுறை முடிவுகளையும் நரோத்னிக்குகள் சீர்குலைக்காமல் பாதுகாக்க வேண்டியுள்ளது என்றும் நான் விவரமாகக் கூறினேன். இதைக் கேட்ட எங்கெல்ஸ் புன்முறுவல் செய்தார். பிறகு ரஷ்ய மொழியில் 'பிளக்கானோவை யாரால் தாக்க முடியும்? மாறாக, பிளக்கானோவ் யாரை வேண்டுமானாலும் தாக்க முடியும்' என்று கூறினார்.

'மேலும் ரஷ்யர்கள் மட்டுமல்ல, யாருமே, மார்க்சிடமிருந்தோ, தம்மிடமிருந்தோ மேற்கோள்களை பொறுக்கி எடுக்கக் கூடாது என்று எங்கல்ஸ் விரும்பினார்...'*

மொத்தத்தில், மார்க்ஸ், எங்கெல்ஸ் இருவரின் எழுத்துகளும் ரஷ்யாவில் பரவலாக விவாதிக்கப்பட்டன.

ரஷ்யாவின் வரலாற்றையே இந்த எழுத்துகள் மாற்றியமைக்கப் போகின்றன என்பதை அப்போது யாரும் உணர்ந்திருக்கவில்லை.

---

* அ. வோதென்: எங்கல்சுடன் உரையாடல்கள்.

6

விளாதிமிர் லெனின்

மார்க்ஸ்-எங்கெல்ஸ் இருவரின் சிந்தனைகளும் ரஷ்யாவில் தீவிரமாகப் பரவிக்கொண்டிருந்த அதே சமயம், லெனின் பிரவேசமானார்.

மார்க்ஸ்-எங்கல்ஸுக்குப் பிறகு உலகில் தொழிலாளர் வர்க்க இயக்கத்துக்குத் தலைமை தாங்கி வழிகாட்டிய விளாதிமிர் இலியிச் உலியானோவ் லெனின், 1870-ம் ஆண்டில் சிம்பிர்ஸ்க் நகரில் பிறந்தார். (இப்பொழுது இந்த நகரம் உலியானோவ்ஸ்க் என்று அழைக்கப்படுகிறது.) அவருடைய பாட்டனார் பண்ணைஅடிமையாக இருந்து விவசாயி ஆனவர். லெனினுடைய தந்தையார் தொடக்கப்பள்ளி இயக்குனராகப் பணியாற்றியவர்.

லெனினுடைய அண்ணன் அலெக்ஸாண்டர் இளம் வயதிலிருந்தே மார்க்சிய நூல்களில் ஆர்வம் கொண்டவர். கார்ல் மார்க்ஸின் 'மூலதனம்' நூலை அவர் வைத்திருந்ததால், அதைப் படிக்கும் வாய்ப்பு லெனினுக்குக் கிடைத்தது. அதுதான் அவர் படித்த முதல் மார்க்சிய நூல். தன்

அண்ணன் மூலம் மார்க்சியம் குறித்து மேலும் அதிகத் தகவல் களைத் தெரிந்து கொண்டார்.

லெனின் தன் நகரிலிருந்த மக்களின் வறுமையையும், தொழி லாளர்கள் மற்றும் விவசாயிகளின் மீதான சுரண்டலையும், ஜாரின் ஒடுக்குமுறையையும் நேரிலேயே கண்டார். அதேபோல் கிராமப் புறங்களில் உள்ள பள்ளிகளை மேற்பார்வையிடச் செல்லும் அவரது தந்தையார், அந்தக் கிராமங்களில் அதிகாரிகள் புரியும் கொடுமைகளையும் விவசாயிகளின் துயரங்களையும் தனது பிள்ளைகளுக்கு எடுத்துக் கூறுவார். இவை அனைத்தும் சேர்ந்து லெனினுடைய உள்ளத்தில் ஜார் அரசாங்கத்தைக் குறித்து கடும் வெறுப்பு உண்டானது.

லெனின் இக்காலகட்டத்தில் பெலின்ஸ்கி, அலெக்ஸாண்டர் ஹெர்ஸன், செர்னிசேவ்ஸ்கி போன்றோரின் புரட்சிகர எழுத்து களைப் படித்தார். அதே போன்று புரட்சிகர ஜனநாயக இலக்கிய நூல்களையும், புஷ்கின், கோகோல், துர்கனேவ் மற்றும் டால்ஸ் டாய் போன்றோரின் இலக்கிய எழுத்துகளையும் படித்தார்.

அவருடைய தந்தையார் 1886-ம் ஆண்டில் காலமானார். அதற் கடுத்த ஆண்டு மார்ச் மாதம் முதல் தேதியன்று லெனினுடைய மூத்த சகோதரர் அலெக்ஸாண்டர், செயின்ட் பீட்டர்ஸ்பர்க்கில் கைது செய்யப்பட்டார். மூன்றாம் ஜார் மன்னனான அலெக் ஸாண்டரைக் கொலை செய்யும் முயற்சியில் அவர் பங்கெடுத் தார் என்று அவர் மீது குற்றம் சாட்டப்பட்டது. லெனினுடைய சகோதரி அன்னாவும் கைது செய்யப்பட்டார். அன்னா அச்சமயத் தில் செயின்ட் பீட்டர்ஸ்பர்க்கில் படித்துக்கொண்டிருந்தாள்.

விசாரணைக்குப் பின் அலெக்ஸாண்டர் 1887-ம் ஆண்டு மே மாதம் 8-ம் தேதியன்று தனது 21-வது வயதில் தூக்கிலிடப் பட்டார். தனது அண்ணன் கொல்லப்பட்டது லெனினுக்கு மிகப் பெரும் அதிர்ச்சியை, வேதனையைக் கொடுத்தது. அதேசமயம், இந்தச் சம்பவம் அவருடைய புரட்சிகரக் கண்ணோட்டத்தை மேலும் வலுப்படுத்தியது. ஆனால், தன் அண்ணன் தேர்ந் தெடுத்த பயங்கரவாத முறையை லெனின் நிராகரித்தார்.

1887-ம் ஆண்டில் லெனின், காஸான் பல்கலைக்கழகத்தில் சட்டம் பயின்றார். அங்கே அவர், முற்போக்குச் சிந்தனை படைத்த மாணவர்களை ஒன்றிணைத்து, புரட்சிகர மாணவர்கள் வட்டம் ஒன்றை உருவாக்கி, செயல்களை ஊக்கப்படுத்தினார்.

ஆனால் அந்தப் பல்கலைக்கழகத்தில் நிலவிய கெடுபிடிகள் அவருக்கு வெறுப்பை உண்டாக்கின. எனவே தன்னை அதி லிருந்து விடுவிக்கும்படி கேட்டு, பல்கலை அதிகாரிகளுக்குக் கடிதம் சமர்ப்பித்தார். இதைக் கண்ட காஸான் மாகாண ஆளுனர், லெனினைக் கைது செய்ய உத்தரவிட்டார்.

கைது செய்யப்பட்ட லெனின், ரகசியக் காவல்துறையின் கண் காணிப்பில் இருந்த கொகுசாகினோ (Kokusakino) என்ற இடத் துக்கு நாடு கடத்தப்பட்டார். அந்த நாள்களில் லெனின் ரஷ்யப் புரட்சிகர எழுத்தாளர்களின் நூல்கள் முழுவதையும் படித்து முடித்தார். ஓராண்டுக்குப்பின் காஸானுக்குத் திரும்ப அவருக்கு அனுமதி கிடைத்தது.

காஸானில், நிக்கொலாய் பெடாஸெயெவ் என்ற மார்க்சிய வாதி, மார்க்சிய ஆராய்ச்சிக் குழு ஒன்றைச் சட்ட விரோதமாக நடத்தி வந்தார். லெனினும் அதில் சேர்ந்து விவாதங்களில் பங்கெடுத்தார். இந்தக் குழுவினர் மார்க்ஸ், எங்கல்ஸ் மற்றும் பிளக்கானோவின் நூல்களைக் கூட்டாகப் படித்து ஆலோசித் தனர். நரோத்னிக் கொள்கைகளுக்கு எதிராக பிளக்கானோவின் கட்டுரைகள் குறித்து அவர்கள் காரசாரமாக விவாதித்தனர். இச்சமயத்தில் லெனின், தான் இளவயதில் படித்திருந்த 'மூல தனம்' நூலை, புதிய புரிதலுடன் மீண்டும் ஆழமாக வாசிக்கத் தொடங்கினார்.

1892-ம் ஆண்டில் லெனின், சமாரா என்ற இடத்தில் முதல் மார்க்சியக் குழுவை உருவாக்கினார். அங்கே 'மூலதனம்', 'டூரிங் குக்கு மறுப்பு', 'இங்கிலாந்து நிலைமை' மற்றும் பிளக்கானோ வின் நூல்கள் குறித்து விவாதிக்கப்பட்டன. லெனின் இங்கிருக் கும் பொழுது மார்க்சியக் கோட்பாடுகள் குறித்துக் கட்டுரைகள் எழுதினார். அச்சமயத்தில் அந்த நகரிலிருந்த, தீவிர அரசியலி லிருந்து ஒதுங்கியிருந்த பல புரட்சிகர நரோத்னிக்குகளைச் சந்தித்து உரையாடினார். பயனுள்ள எவற்றையும் கற்றுக்கொள்ள வேண்டுமென்பதில் ஆர்வமாக இருந்த லெனின், அவர் களுடைய கடந்தகால புரட்சிகர இயக்க அனுபவங்களைக் கேட்டறிந்தார். அவர்களுடைய புரட்சிகர வேலை அனுபவம், ரகசியச் செயல்பாட்டு முறை, காவல்நிலைய விசாரணை மற்றும் நீதிமன்ற விசாரணையின்பொழுது புரட்சிக்காரர்கள் நடந்து கொண்ட விதம் போன்றவற்றை அவர் தெரிந்துகொண்டார். அவர்களுடைய அரசியல் கருத்தை லெனின் நிராகரித்த போதும்,

இத்தகைய துணிச்சலான மற்றும் தன்னலமற்ற புரட்சியாளர்கள் குறித்து மிகுந்த மரியாதை கொண்டிருந்தார்.

சமாரா நகரம் அச்சமயத்தில் மார்க்சியக் கருத்துக்களைப் பரப்பும் மையமாகச் செயல்பட்டு வந்தது. அங்குள்ள மார்க்சியக் குழுக் களுடன் தொடர்பு கொண்டு மார்க்சியக் கருத்துகளைத் தெரிந்து கொள்வதற்காகப் பலர் அந்நகருக்கு வருவதுண்டு.

லெனின், சமாராவோடு நின்றுவிடாமல் வோல்கா பிராந்தியம் முழுவதும் உள்ள பல நகரங்களுக்குச் சென்றார். அப்பகுதிகளில் மார்க்சியக் கருத்துகளைப் பரப்பினார். மார்க்சியப் பார்வையில் ரஷ்ய விவசாயிகளின் வாழ்வை ஆராய்ந்தார்.

1893-ம் ஆண்டில் லெனின், செயின்ட் பீட்டர்ஸ்பர்க் நகருக்குச் சென்றார். அங்கே அவர் ஒரு பிரபலமான வழக்கறிஞரின் கீழ் உதவி வழக்கறிஞராகச் சேர்ந்தார். இந்த வேலைக்குச் சேர்ந்தது பெயரளவுக்குத்தான். ஏனென்றால் அவரது உண்மையான நோக்கம் மார்க்சிய அடிப்படையில் ஒரு முழுமையான புரட்சிகர இயக்கத்தை உருவாக்க வேண்டும் என்பதுதான்.

தொழில்நுட்பக் கழகத்தின் மாணவர்களை பிரதானமாகக் கொண்டிருந்த மார்க்சிய ஆராய்ச்சிக் குழு ஒன்று பீட்டர்ஸ்பர்க் நகரில் செயல்பட்டது. லெனின் தன்னை அதில் இணைத்துக் கொண்டார். அந்தக் குழுவினர், ஒரு சிறு பகுதி தொழிலாளர் களிடையே மார்க்சியப் பிரசாரம் செய்து வந்தனர். இந்த ஆராய்ச்சிக் குழு தவிர வேறு பல மார்க்சிய ஆராய்ச்சிக் குழுக் களும் அந்நகரில் இருந்தன. லெனின் அவர்களுடைய விவாதங் களிலும் பங்கேற்றதோடு 'மூலதனம்' நூலின் முதல் பகுதியை அவர்களுக்கு விளக்கினார். மக்களின் வாழ்க்கை நிலைமை களோடு இணைத்து, கார்ல் மார்க்ஸின் பொருளாதாரத் தத்து வத்தை லெனின், அவர்களுக்கு விளக்கிக் கூறினார்.

ரஷ்யாவில் முதலாளித்துவ வளர்ச்சியையும், தொழிலாளர் வர்க் கத்தின் எண்ணிக்கை அதிகரிப்பதையும் குறித்து ஆராய்ந்தார். அப்போது அந்நாட்டின் ஆலைகளில், ரயில்வே மற்றும் சுரங்கத் தொழிலில் 30 லட்சம் பேர் வேலை செய்து வந்தனர். வேலை நேரம் 12 முதல் 13 மணி நேரம்; சில தொழில்களில் 15 முதல் 16 மணி நேரம். கடுமையாகப் பாடுபட்ட தொழிலாளர்கள் மிகவும் குறைவான கூலியையே பெற்றனர். பெண்கள் மற்றும் சிறுவர் உட்பட எல்லோரும் கடும் உழைப்புக்குப் பலனாக, மிக அற்ப

மான கூலியையே பெற்றனர். முதுகு ஒடிய வேலை, அரைப் பட்டினி, மோசமான வாழ்க்கை நிலைமை ஆகியவை தொழிலாளர்களை இடைவிடாத எதிர்ப்பு நடவடிக்கைகளுக்கு இட்டுச் சென்றன. சுரண்டல், ஒடுக்குமுறை, வறுமை போன்ற வற்றுக்கு எதிராகத் தன்னெழுச்சியான, இங்குமங்குமான எதிர்ப்பு கள், போராட்டங்கள் வெடித்தன. ஆனால், வழிகாட்டும் தலைமை இல்லாததால் அவை தோல்வியில் முடிவுற்றன.

இவற்றை எல்லாம் விரிவாக ஆராய்ந்த லெனின், ஒரு முடிவுக்கு வந்தார். தொழிலாளர் வர்க்கத்தின் முன்னணிப் படையாக, அதற்குத் தலைமை தாங்கி வழிகாட்டும் ஒரு புரட்சிகரமான மார்க்சியக் கட்சி உருவாக்கப்பட வேண்டும்; அந்தக் கட்சி தலைமை ஏற்றுப் போராடினால் ரஷ்யாவில் புரட்சி நிச்சயம் வெற்றியடையும் என்பதுதான் அந்த முடிவு.

முதலாளித்துவத்துக்கு எதிரான போராட்டம் சக்தி வாய்ந்ததாக இருக்க வேண்டுமென்றால், அது, விஞ்ஞான சோஷலிசத்தின் புரட்சிகரக் கருத்துகளால் அடித்தளமிடப்பட்டு செறிவூட்டப்பட வேண்டும். தொழிலாளர் வர்க்கம் அமைப்பு ரீதியில் போராட்டப் பாதைக்கு அழைத்துச் செல்லப்படவேண்டும் என்று லெனின் மிகத் துல்லியமான முடிவுக்கு வந்தார். எனவே, அவர் செயின்ட் பீட்டர்ஸ்பர்க் மார்க்சிஸ்ட்களுக்கு மூன்று முக்கிய வேலை களைக் கொடுத்தார்.

1. தொழிலாளர்கள் அரசியல் ரீதியாகக் கல்வி புகட்டப்பட்டு அணி திரட்டப்பட வேண்டும்.
2. அவர்களுடைய சோஷலிச உணர்வு வளர்க்கப்பட வேண்டும்.
3. தொழிலாளர் வர்க்கப் போராட்டப் பாதையை அவர்களுக்கு மிகச் சரியாக விளக்க வேண்டும்.

மார்க்சியவாதிகள் சிறு சிறு குழுக்களாக இருந்து, வர்க்க உணர்வு பெற்ற தொழிலாளர்களிடையே மார்க்சியம் குறித்துப் பிரசாரம் செய்து வருவது என்ற நிலையிலிருந்து மாறி, பரந்துபட்ட தொழி லாளி மக்களிடையே அரசியல் கிளர்ச்சிக்காக பாடுபட வேண் டும் என்று தெளிவுபட வலியுறுத்தினார் லெனின். தொழிலாளர் வர்க்கம் புரட்சி வழியில் கொண்டு செல்லப்பட வேண்டும். ஆங்கிலேயத் தொழிலாளர்களைப் போல சீர்த்திருத்தவாத வழி யில் அழைத்துச் செல்லப்படக் கூடாது என்பதையும் லெனின் வலியுறுத்தினார்.

கைது செய்யப்பட்ட நேரங்களில், விசாரணையின் பொழுது மார்க்சியவாதிகள் எவ்வாறு நடந்துகொள்ள வேண்டும், எவ் வாறு நிதி திரட்ட வேண்டும், ஒடுக்கு முறைக்கு எதிராகத் துண்டுப் பிரசுரங்கள் எழுதி எவ்வாறு வெளியிட வேண்டும் போன்றவை குறித்தும் லெனின் விளக்கினார். தொழிலாளர் களின் வேலை நிலைமையை நேரில் தெரிந்து கொள்வதற்காக, லெனின் புடிலாங் தொழிற்சாலைக்கு மாற்றுப் பெயரில் சென்று அதைக் கூர்ந்து கவனித்தார்.

1894-ம் ஆண்டில் லெனின் மாஸ்கோவுக்குச் சென்று அங்கிருந்த மார்க்சியக் குழுக்களுடன் தொடர்பு கொண்டார். அது விடு முறைக் காலமாக இருந்ததால், மாலை நேரச் சந்திப்பு என்ற பெயரில் இளைஞர்கள் பங்கேற்கும் சட்ட-விரோதக் கூட்டங் களை நடத்துவது வழக்கம். இத்தகைய கூட்டம் ஒன்றில் பேசும் பொழுது லெனின், நரோத்னிக்குகளின் தவறான கொள்கையை விமரிசித்துப் பேசினார். குறிப்பாக 'ரஷ்யாவில் முதலாளித்துவத் தின் எதிர்காலம்' என்ற நூலை எழுதிய வொராண்ட்சோவ் என்பவருடைய கருத்தை லெனின் விமரிசனம் செய்தார்.

'ரஷ்ய செல்வம்' என்ற தங்களுடைய பகிரங்க ஏட்டில் நரோத் னிக்குகள், தொடர்ந்து மார்க்சியத்தை விமரிசித்து வந்தனர். அந்தத் தாக்குதலை லெனின் உடனடியாக முறியடிக்க வேண்டி யிருந்தது. ஏனென்றால் புரட்சிகர மனோபாவம் கொண்டிருந்த இளைஞர்களின் ஒரு பகுதியினர் இடையே நரோத்னிக் கருத்து களுக்கு ஆதரவு இருந்து வந்தது. அத்துடன் தொழிலாளர் களையும் தங்கள் பக்கம் ஈர்க்க நரோத்னிக்குகள் பெரும் முயற்சி செய்து வந்தனர். எனவே அவர்களை அம்பலப்படுத்த வேண் டும். 1870-ம் ஆண்டுகளின் புரட்சிகரப் பாரம்பரியங்களிலிருந்து அவர்கள் விலகி, மிதவாதம் மற்றும் தவறான உலகக் கண் ணோட்டத்தில் செல்வதை விமரிசிப்பது ரஷ்யாவின் புரட்சிகர இயக்கத்துக்கு மிகவும் தேவையாக இருந்தது.

இதன் பொருட்டு லெனின் 'மக்களின் நண்பர்கள் என்பவர்கள் யார்? சமூக ஜனநாயகவாதிகளை எவ்வாறு எதிர்த்துப் போராடு கிறார்கள்' என்ற தலைப்பில் ஒரு புத்தகம் எழுதினார். இது, சமாரா, செயின்ட் பீட்டர்ஸ்பர்க் மற்றும் மாஸ்கோவில் அவர் நிகழ்த்தியிருந்த உரைகளை அடிப்படையாகக் கொண் டிருந்தது.

7

பிளக்கானோவுடன் சந்திப்பு

1895-ம் ஆண்டு பிப்ரவரி மாத நடுப்பகுதியில் செயின்ட் பீட்டர்ஸ்பர்க் நகரில் சமூக ஜனநாயகக் குழுக்களைச் சேர்ந்த உறுப்பினர்கள் கூட்டம் நடைபெற்றது. செயின்ட் பீட்டர்ஸ்பர்க், மாஸ்கோ, கீவ் மற்றும் வில்னோ ஆகிய இடங்களைச் சேர்ந்த உறுப்பினர்கள் பங்கேற்ற இக்கூட்டத்தில் லெனினும் கலந்துகொண்டார். ஒரு குறுகலான வட்டத்தில் மார்க்சியப் பிரசாரம் செய்வது என்பதிலிருந்து மாறி வெகுஜன அரசியல் கிளர்ச்சிக்கு மாறிச் செல்லும் பிரச்னையையும், தொழிலாளர்களுக்காக பிரசுரங்கள் கொண்டுவருவது மற்றும் தொழிலாளர் விடுதலைக் குழுவுடன் நெருக்கமான தொடர்பு கொள்வது குறித்தும் இந்தக் கூட்டம் விவாதித்தது. இது குறித்து மேல் நடவடிக்கை எடுக்கும் பொருட்டு, செயின்ட் பீட்டர்ஸ்பர்க்கிலிருந்து லெனினையும், மாஸ்கோவிலிருந்து ஸ்பான்டி என்பவரையும் கொண்ட ஒரு சமூக-ஜனநாயகக் குழுவை அயல் நாட்டுக்கு அனுப்ப முடிவு செய்யப்பட்டது.

இந்த விவரத்தைத் தெரிந்துகொண்ட ஜார் அரசாங்கம், லெனின் பயணம் குறித்தும், அயல்நாட்டில் அவருடைய செயல்பாடுகள் மற்றும் அன்னியத் தொடர்பு குறித்தும் கண்காணிக்கும்படி காவல்துறைக்கு விசேஷ உத்தரவிட்டது.

வெளிநாடு சென்ற லெனின் ஜெனீவாவில் பிளக்கானோவைச் சந்தித்து உரையாடினார். ரஷ்யாவின் முதல் மார்க்சியவாதியான பிளக்கானோவ் குறித்து லெனின் மிகுந்த மரியாதை கொண்டிருந் தார். லெனினுடைய ஆழ்ந்த அறிவும், அவருடைய மார்க்சியப் பற்றும் பிளக்கானோவை மிகவும் கவர்ந்தது.

லெனினுக்கும் பிளக்கானோவுக்கும் சில அம்சங்களில் கருத்து மாறுபாடுகள் தெளிவாக வெளிப்பட்டன. தொழிலாளர் வர்க்கத் தின் மேலாதிக்கம், தொழிலாளர் வர்க்கம் மற்றும் விவசாயி களின் நேச அணி போன்றவற்றுக்கு லெனின் மிகுந்த முக்கியத் துவம் அளித்தார். ஜார் ஆட்சியையும் முதலாளித்துவத்தையும் தூக்கி எறிவதை உத்தரவாதம் செய்வது இந்த நேச அணிதான் என்று லெனின் உறுதியாகக் கருதினார்.

பிளக்கானாவோவும் லெனினும் வேறுபடுவது இந்த இடத்தில் தான்.

பிளக்கானோவுக்கு, தொழிலாளர் வர்க்கத்தின் வலிமையிலோ அல்லது விவசாயிகளுக்குத் தலைமை தாங்கும் அதனுடைய திறனிலோ நம்பிக்கை இல்லை. விவசாயிகளுக்கு புரட்சிகரத் தன்மை உள்ளது என்பதை அவர் ஏற்க மறுத்தார். ரஷ்யாவின் மிதவாத முதலாளித்துவ வர்க்கத்தினருக்குத்தான் புரட்சிகரத் தன்மை உண்டு என்று அவர் கூறியதோடு ரஷ்யாவில் வரவிருக் கும் முதலாளித்துவ-ஜனநாயகப் புரட்சிக்கு அந்த வர்க்கம்தான் தலைமை தாங்க முடியும், அதுதான் இலக்கு சக்தியாக இருக்க முடியும் என்று கருதினார்.

சுவிட்சர்லாந்தில் மூன்று வாரங்கள் தங்கிய பின்னர் லெனின் பாரிஸ் நகருக்குச் சென்றார். அங்கே அவர் மார்க்ஸின் மரு மகனும், ஃப்ரெஞ்சு தொழிலாளர் வர்க்கத் தலைவர்களில் ஒருவருமான பால் லபார்க்கைச் சந்தித்தார். மார்க்ஸ்-எங்கல்சின் சீடரும், நெருங்கிய நண்பருமான பால் லபார்க், ஃப்ரெஞ்சு தொழிலாளர் கட்சியை நிறுவியர்களுள் ஒருவராவார். லெனின் அங்கிருக்கும் பொழுது, 1871-ம் ஆண்டின் பாரிஸ் கம்யூன் எழுச்சி குறித்த வரலாற்றைப் படித்து அறிந்தார்.

பாரிசில் ஆறு வாரங்கள் தங்கிய பின்னர் லெனின் சுவிட்சர் லாந்துக்குத் திரும்பி வந்து ஓய்வெடுத்தார். பின்னர் பெர்லி னுக்குச் சென்ற அவர் பெர்லின் அரசாங்க நூலகத்தில் அயல் நாட்டு மார்க்சிய நூல்களைப் படித்தார். அவற்றிலிருந்து குறிப்புகள் எடுத்துக்கொண்டார். ஜெர்மன் மக்களின் வாழ்க்கை நிலைமைகளை ஆராய்ந்தார். பிளக்கானோவ் கொடுத்திருந்த அறிமுகக் கடிதத்தை வைத்து ஜெர்மனி சமூக ஜனநாயக இயக்கத் தலைவர்களில் ஒருவரான வில்லியம் லீப்னெக்டை லெனின் சந்தித்து உரையாடினார். பின்னர் லெனின் லண்டனுக்குச் சென்று பிரெடரிக் எங்கல்சை சந்திக்க விரும்பினார். ஆனால் அச்சமயத் தில் எங்கல்ஸ் மிகவும் நோய் வாய்ப்பட்டிருந்ததால் லெனின் அவரைச் சந்திக்க இயலாமல் போய்விட்டது.

அயல்நாட்டுப் பயணம் முடிந்து செப்டெம்பர் மாதத்தில் லெனின் ரஷ்யாவுக்குத் திரும்பினார்.

8

புதிய அமைப்பு உருவாகிறது

1895-ம் ஆண்டின் இலையுதிர் காலத்தில் ரஷ்யத் தொழிலாளர் வர்க்க இயக்க வரலாற்றில் ஒரு திருப்பம் ஏற்பட்டது. செயின்ட் பீட்டர்ஸ்பர்க் நகரிலிருந்த சுமார் 20 மார்க்சியக் குழுக்களும் லெனின் தலைமையில், தொழிலாளர் வர்க்க விடுதலைக்கான போராட்டக் குழு (League of Struggle for Emancipation of Working Class) என்ற பெயரில் புதிய அமைப்பாக உருப்பெற்றது. இது, மார்க்சிய ஆராய்ச்சிக் குழுக்களின் செயல்பாடுகளுக்கு வழி காண்பித்தது. பல்வேறு துண்டுப் பிரசுரங்களை வெளியிட்டது. அனைத்து வெளியீடுகளும் லெனின் மேற்பார்வையில் வெளியிடப்பட்டன.

நவம்பர் மாதத் தொடக்கத்தில் தார்ன்டன் தொழிற்கூடத்தில் 200 நெசவாளர்கள் வேலை நிறுத்தத்தில் இறங்கினர். இதையொட்டி 'நெசவாளர் கோரிக்கை என்ன' என்ற தலைப்பில் பிரசுரம் ஒன்று வெளியிடப்பட்டது. இப் போராட்டம் இறுதியில் வெற்றி பெற்றது. இது

பீட்டர்ஸ்பர்க்கின் ஆயிரக்கணக்கான தொழிலாளர்களுக்குப் பெரும் உற்சாகத்தைத் தந்தது.

தொழிலாளர்கள் மீது விதிக்கப்படும் அபராதங்களை எதிர்த்து லெனின் ஒரு துண்டுப் பிரசுரம் எழுதினார். முதலாளிகள் எவ் வாறு தொழிலாளர்களைச் சுரண்டுகிறார்கள் என்பதையும், அத னுடைய ஒடுக்கு முறைகளை எதிர்த்து எந்த வழியில் தொழி லாளி வர்க்கம் போராடவேண்டும் என்பதையும் இப்பிரசுரத்தில் லெனின் விளக்கியிருந்தார்.

இந்த அமைப்பானது, தொழிலாளர்களின் உடனடிக் கோரிக்கை களுக்கான போராட்டத்தை ஜார் மன்னராட்சி மற்றும் முதலாளித் துவச் சுரண்டலுக்கு எதிரான அரசியல் போராட்டத்தோடு இணைத்தது.

ரஷ்யாவின் இதர நகரங்கள் மற்றும் பிராந்தியங்களில் உள்ள தொழிலாளர்களின் குழுக்களை இணைத்து, இந்தக் கூட் டமைப்பை வலிமையாக்கும் நோக்கில் ஒரு பத்திரிகையையும் சட்ட விரோதமாக வெளியிட்டது. 'ருஷ்யத் தொழிலாளர் களுக்கு' என்ற தலைப்பில் லெனின் எழுதிய தலையங்கத்துடன் அது தயாரிக்கப்பட்டது.

அவ்வாண்டு டிசம்பர் மாதம் 8-ம் தேதியன்று லெனினும், இந்த அமைப்பின் இதரத் தலைவர்களும் கைது செய்யப்பட்டனர். அரசாங்கத்துக்கு எதிராகக் குற்றம் புரிந்ததாக அவர்கள் மீது வழக்கு தொடரப்பட்டது. லெனின் காவல் முகாம் ஒன்றில் தனிமைச் சிறையில் வைக்கப்பட்டார். அங்கிருந்தும் அவர் இரண்டு பிரசுரங்கள் எழுதி ரகசியமாக வெளியே இருந்த அமைப்புத் தோழர்களுக்கு அனுப்பி வைத்தார்.

அவர் ரகசியப் பிரசுரங்கள் எழுதிய விதமே அலாதியானது. ரொட்டிக்குள் எலுமிச்சை ரசம் அல்லது பால் ஊற்றி வைத் திருப்பார். வெள்ளைத்தாளில் அதைக் கொண்டு எழுதுவார். சாதாரணக் கண்களுக்கு அந்த எழுத்துகள் தெரியாது. அதை வெந்நீருக்குள் போட்டால் அந்த எழுத்துகள் தெரியும். லெனின் எழுதிக் கொண்டிருக்கும் பொழுது சிறைக்காவலர்கள் வந்தால் அவர் ரொட்டியைத் தின்று விடுவார்!

1896-ம் ஆண்டு ஜனவரி மாதத்தில் இந்த அமைப்பின் உறுப்பினர்கள் பலர் கைது செய்யப்பட்டனர். அவ்வாண்டு கோடைக் காலத்தில்

பீட்டர்ஸ்பர்க் நகரில் பெரும் வேலை நிறுத்தப் போராட்டம் நடைபெற்றது. அது மாஸ்கோ வரை நீடித்தது. இந்தப் போராட் டங்களுக்கு ஆதரவாக, தொழிலாளர் வர்க்க விடுதலைக்கான போராட்டக் குழு பதின்மூன்று பிரசுரங்கள் வெளியிட்டது.

லெனின், பீட்டர்ஸ்பர்க்கில் உருவாக்கிய இந்த அமைப்புதான் பின்னாள்களில் ஒரு புரட்சிகர மார்க்சிஸ்ட் கட்சி உருவாவதற் கான கருவாக அமைந்தது.

பதினான்கு மாத சிறைவாசத்துக்குப் பின் லெனின், கிழக்கு சைபீரியாவுக்கு நாடு கடத்தப்பட்டார். அங்கே அவர் மூன்று வருஷ காலம் காவல்துறைக் கண்காணிப்பில் இருக்கவேண்டி இருந்தது. இந்தத் தண்டனை 1897-ம் ஆண்டு பிப்ரவரி 13-ம் தேதியன்று ஆரம்பித்தது. கிழக்கு சைபீரியாவிலுள்ள சுசன்ஸ் கோயே (Shushenskoye) என்ற கிராமத்துக்கு லெனின் அனுப்பப் பட்டார். அவரது உணவுக்காக மாதம் 8 ரூபிள் தரப்பட்டது. லெனின் அங்கிருக்கும்பொழுது தத்துவ வரலாறு படித்தார். தன்னைப் போல் அங்கே நாடு கடத்தப்பட்டிருந்தவர்களுடன் விவாதித்தார். அவர்களுடன் இலக்கியப் பரிமாற்றங்கள் செய்து கொண்டார். அங்கிருந்தவாறே பீட்டர்ஸ்பர்க், மாஸ்கோ தொழி லாளி வர்க்க இயக்கத்துடனும் தொழிலாளர் விடுதலைக் குழு வுடனும் ரகசியமாகத் தொடர்புகள் கொண்டிருந்தார்.

லெனின் சைபீரியாவில் வைக்கப்பட்டிருந்த பொழுது, 1898-ம் ஆண்டில், ரஷ்ய சமூக ஜனநாயக தொழிலாளர் கட்சி (Russian Social Democratic Labour Party - RSDLP) உருவாக்கப்பட்டது. இதற்கு ஒரு வரலாற்றுப் பின்னணி உண்டு.

செயின்ட் பீட்டர்ஸ்பர்க், மாஸ்கோ மற்றும் கீவ் நகரங்களில் போராட்டச் சங்கங்கள் உருவானபொழுதே ரஷ்யாவின் மேற்கு எல்லையில் உள்ள தேசிய இனப் பிரதேசங்களில் சமூக ஜனநாயக அமைப்புகள் ஏற்பட்டன. போலந்து நாட்டின் தேசியக் கட்சியி லிருந்த மார்க்சிஸ்ட்கள், 1890-ம் ஆண்டுக்குப்பிறகு அக்கட்சியி லிருந்து பிரிந்து, போலந்து, லித்துவேனிய சமூக ஜனநாயகக் கட்சியை அமைத்தனர். 1900-ம் ஆண்டுக்கு முன்பு லாத்வியாவில் சமூக ஜனநாயக அமைப்புகள் ஏற்பட்டன. 1897-ம் ஆண்டு அக்டோபர் மாதத்தில் 'பண்ட்' (Bund) என்று அழைக்கப்படும் யூதப் பொது ஜனநாயக சங்கம், ரஷ்யாவின் மேற்கு மாகணங் களில் அமைக்கப்பட்டது.

1898-ம் ஆண்டில் பீட்டர்ஸ்பர்க், மாஸ்கோ, கீவ் போன்ற நகரங்களிலிருந்த அநேகப் போராட்டச் சங்கங்கள், பண்டுடன் சேர்ந்து சமூக ஜனநாயகக் கட்சியை அமைக்கவும், ஒன்றுபடுத்தவும் முதன்முதலில் முயற்சி செய்தன. இதன் பொருட்டு அவை ரஷ்ய சமூக ஜனநாயகத் தொழிலாளர் கட்சியின் முதல் மாநாட்டைக் கூட்டின.

1898-ம் ஆண்டு மார்ச் மாதத்தில் முதல் மாநாடு மின்ஸ்க் நகரில் கூடியது. இதில் ஒன்பது பேர் பங்கேற்றனர்.

இந்த மாநாடு நிறைவேற்றிய பிரகடனம் தெளிவற்றதாக இருந்தது. அரசியல் அதிகாரத்தை தொழிலாளர் வர்க்கம் கைப்பற்றுவது குறித்து இந்தப் பிரகடனம் மௌனம் சாதித்தது. ஜார் மன்னன் மற்றும் முதலாளிகளை எதிர்த்து நடத்தும் போராட்டத்தில் தொழிலாளர் வர்க்கத்தின் கூட்டாளிகளைப் பற்றி அது ஒன்றும் கூறவில்லை. கட்சித் திட்டம், கட்சி விதி என்று எதுவும் உருவாக்கப்படவில்லை.

எனினும், புதிய கட்சி அமைக்கப்பட்டதாக அந்த மாநாடு தன் அறிக்கை மூலமும், தீர்மானங்கள் மூலமும் அறிவித்தது. இது சாதாரண காரியம் என்ற பொழுதிலும், வரவிருக்கும் நாள்களில் மகத்தான புரட்சிப் பிரசாரம் செய்ய உதவி புரிந்தது. இந்த மாநாடு தேர்ந்தெடுத்த மத்தியக் குழுவின் உறுப்பினர்கள் விரைவிலேயே கைது செய்யப்பட்டனர்.

சைபீரியாவிலிருந்த லெனின், சமூக ஜனநாயகக் கட்சி உருவாக்கப்பட்டிருப்பது குறித்து அறிந்தார். மிகுந்த மகிழ்ச்சி கொண்டார். 1900-ம் ஆண்டு ஜனவரி 29-ம் தேதியன்று லெனின் விடுதலை செய்யப்பட்டார். ஆனால் அவர் தலைநகரிலோ, பல்கலைக்கழகங்கள் உள்ள நகரங்களிலோ, பெரிய தொழில் நகரங்களிலோ வசிக்கக் கூடாதென ஜார் அரசாங்கம் உத்தரவிட்டது.

எனவே, அவர் பீட்டர்ஸ்பர்க் அருகில் உள்ள பிஸ்கோவ் (Pskov) என்ற இடத்தில் தங்கினார்.

சைபீரியாவிலிருந்து விடுதலையானதும் லெனினுடைய கவனம் முழுவதும் ஒரு பத்திரிகையை உடனடியாகத் தொடங்குவதிலேயே இருந்தது. அதற்கு சமூக - ஜனநாயக அமைப்புகளுடன் தொடர்புகள் ஏற்படுத்தி அவற்றின் ஆதரவைப் பெற வேண்டி

இருந்தது. நிதி திரட்ட வேண்டியிருந்தது. லெனின், அதற்கான நடவடிக்கைகளில் இறங்கினார்.

அதன் பொருட்டு அவர், காவல்துறையினர் விதித்த தடையையும் மீறி மாஸ்கோவுக்குச் சென்று அங்கே பல தோழர்களுடன் விவாதித்தார். அங்கிருந்து ரகசியமாக செயின்ட் பீட்டர்ஸ்பர்க் நகருக்குச் சென்றார். அங்கே அவர் வேரா ஜசுலிச்சைச் சந்தித்து, பத்திரிகை வெளியிடும் முயற்சியில் அவருடைய தொழிலாளர் விடுதலைக் குழுவும் பங்கேற்க வேண்டுமெனக் கேட்டுக் கொண்டார்.

பிப்ரவரி மாத இறுதியில் பிஸ்கோவ் நகருக்குத் திரும்பியதும் லெனின் மீண்டும் ரகசிய காவல்துறைக் கண்காணிப்பின் கீழ் கொண்டுவரப்பட்டார். வாழ்க்கைச் செலவுகளுக்காகவும், தனது புரட்சிகர நடவடிக்கைகளுக்கு மூடு திரை உருவாக்கிக் கொள்ளும் பொருட்டும், அரசாங்கப் புள்ளி விவர அலுவலகம் ஒன்றில் வேலைக்குச் சேர்ந்தார். தனது வேலையைச் செய்துகொண்டே, இடையிடையே நகர நூலகத்துக்குச் சென்று அங்கே வரும் சமூக ஜனநாயகவாதிகளுடன் கலந்துரையாடல் நடத்தினார். அங்கிருந்தவாறே வெவ்வேறு நகரங்களிலிருந்த சமூக ஜனநாயகக் குழுக்களுடனும் தனிநபர்களுடனும் தொடர்பு கொண்டு, புதிய பத்திரிகைக்கு ஆதரவு திரட்டினார்.

'இஸ்க்ரா' (தீப்பொறி) என்ற பெயரில் வெளிவர உள்ள ஏட்டுக்காகவும், அதேபோல் 'ஜார்யா' (விடியல்) என்ற பெயரில் வெளிவர உள்ள ஏட்டுக்காகவும் அவர் ஒரு பிரகடன நகல் எழுதிஇருந்தார். அதை விவாதிக்கும் பொருட்டு ஒரு கூட்டம் ஒன்றையும் லெனின் கூட்டினார். 'ரஷ்ய சமூக ஜனநாயகவாதிகள் பகிரங்கமாகச் சாலைகளில் வந்து சோசலிசத்துக்கு ஆதரவாகப் பேசக் கூடிய காலம் வந்துவிட்டது. பகிரங்க அரசியல் போராட்டத்தில் இறங்கவேண்டிய காலம் வந்துவிட்டது; இந்தப் பாதையின் முதல்படி என்பது அகில ரஷ்ய சமூக ஜனநாயகத்தின் ஏட்டை உருவாக்குவதுதான்' என்று லெனின் குறிப்பிட்டார்.

தனக்கு பாஸ்போர்ட் வழங்கக் கோரி லெனின் மனு அனுப்பினார். பாஸ்போர்ட் கிடைத்தது. ஜூன் மாதம் வரை பல ஊர்களுக்குச் சென்று சமூக ஜனநாயகவாதிகளைச் சந்தித்து புதிய பத்திரிகைக்கு ஆதரவு திரட்டினார்.

ஜூலை மாதத்தில் அயல்நாட்டுப் பயணத்தை மேற்கொண்ட லெனின், முதலில் சுவிட்சர்லாந்துக்குச் சென்றார். விடுதலைக்

குழு உறுப்பினர்களைச் சந்தித்தபின் ஜெனீவாவுக்குச் சென்ற அவர், அங்கே பிளக்கானோவைச் சந்தித்து உரையாடினார்.

பலத்த விவாதத்துக்குப் பின்னர், தொழிலாளர் விடுதலைக் குழு வினருடன் ஓர் உடன்பாடு ஏற்பட்டது. லெனின், பிளக்கா னோவ், அக்ஸல்ராட், மார்டோவ் மற்றும் பொட்ரசோவ் ஆகிய ஐவரும் இணை ஆசிரியர்களாக இருப்பதென்றும், பிளக் கானோவுக்கு இரண்டு வாக்குகள், இதரர்களுக்கு ஆளுக்கு ஒரு வாக்கு அடிப்படையில் புதிய ஏட்டை நடத்துவதென்றும் முடிவு செய்யப்பட்டது. ரஷ்யாவுக்குள் இந்தப் பத்திரிகையை வெளி யிட இயலாது என்பதால் சுவிட்சர்லாந்திலிருந்து அதை வெளி யிடுவதாகத் தீர்மானித்தனர்.

பெரும் ஏற்பாடுகளுக்குப் பின் டிசம்பர் (1900) மாதத்தில் 'சிறு பொறி பெரும் தீயை உருவாக்கும்' என்ற வாசகங்களைத் தாங்கி 'இஸ்க்ரா'வின் முதல் இதழ் லீப்சிக் நகரில் வெளியாயிற்று. அதற்கடுத்த இதழ்கள் மியூனிக் நகரிலிருந்து வெளிவர ஆரம் பித்தன. லெனினுடைய பணி மிக மிகக் கடுமையாக இருந்தது. கட்டுரைகள் எழுதுவது, நிதி திரட்டுவது, பத்திரிகையை ரஷ்யா வுக்குள் ரகசியமாக அனுப்புவது, அது குறித்த நாளில் தவறாது வெளிவருவதை உத்தரவாதப்படுத்துவது ஆகிய அனைத்துக் கடமைகளையும் அவர் செய்யவேண்டியிருந்தது. அவருடைய துணைவியார் குரூப்ஸ்கயா, இஸ்க்ரா ஆசிரியர் குழுவின் செயலாளராக இருந்தார்.

இந்த ஏடு, ரஷ்யாவில் பெரும் வரவேற்பைப் பெற்றது. நாடெங் கும் விற்பனை முகவர்கள் நியமிக்கப்பட்டனர். லெனினுடைய ஆலோசனைப்படி இஸ்க்ரா உதவிக் குழுக்கள் ஏராளமான இடங் களில் உருவாக்கப்பட்டன. இந்த ஏட்டில் வந்த கட்டுரைகள், பல இடங்களில் ரகசியமாக அச்சிடப்பட்டு தொழிலாளர் களிடையே பரப்பப்பட்டன. சில இடங்களில் ரகசிய அச்சகங்கள் மூலம் இஸ்க்ரா முழுவதுமே அச்சிடப்பட்டு விற்பனை செய்யப் பட்டன.

இந்த ஏட்டை ரஷ்யாவுக்குள் அனுப்புவது சுலபமானதாக இருக்க வில்லை. லண்டன், ஸ்டாக்ஹோம், ஜெனிவா, மார்செய்ல்ஸ், அலெக்ஸாண்ட்ரீயா, பெர்ஷியா போன்ற இடங்களுக்கு அனுப்பப்பட்டு அங்கிருந்து அவை ரஷ்யாவுக்குள் ரகசியமாக அனுப்பப்பட்டன.

இந்த ஏட்டில் லெனின் எழுதிய 60-க்கும் மேற்பட்ட கட்டுரை கள், வர்க்கப் போராட்டம், கட்சியைக் கட்டுவது, சர்வதேசப் பிரச்னைகள் போன்றவற்றை விவரித்தன; தேசியவாதிகள், பொருளாதாரவாதிகள் மற்றும் சோசலிஸ்ட் புரட்சிக்காரர்கள் என்று அழைக்கப்பட்டோரின் மார்க்சீய விரோதப் போக்குகளை விமரிசித்தன; ஜார் மன்னராட்சியின் பிற்போக்கான கொள்கை களை அம்பலப்படுத்தின.

இஸ்க்ராவின் நான்காவது இதழில், லெனின் 'எங்கிருந்து தொடங்குவது' என்ற புகழ்பெற்ற கட்டுரையை எழுதினார். பின்னர் அது விரிவுபடுத்தப்பட்டு 'செய்ய வேண்டியது என்ன?' என்ற தலைப்பில் சிறு பிரசுரமாக வெளியானது. அதில் கட்சிப் பத்திரிகையின் பணி எத்தகையதாக இருக்க வேண்டுமென்பது குறித்து லெனின் தெளிவாகக் கூறுகிறார்:

'எங்களுடைய கருத்துப்படி, ரஷ்யாவெங்கும் பரவக்கூடிய அள வில் ஓர் அரசியல் பத்திரிகையைத் தொடங்குவதுதான் நம் முடைய நடவடிக்கைகளின் ஆரம்பக் காரியமாக இருக்க வேண் டும்; பிறகு ஒரு அமைப்பை படிப்படியாக உருவாக்கவேண்டும். அந்த அமைப்பைக் கூர்மையாக்கி, பரப்பி, மேலும் மேலும் வளர்ப்பதற்குப் பிரதான ஆதாரமாக இருக்க வேண்டும். கொள்கைக்குப் பொருத்தமாக, முரண்பாடின்றி, யாவற்றையும் தழுவிய முறையில் பிரசாரமும் கிளர்ச்சியும் செய்யவேண்டியது தான் பொதுவாக சமூக ஜனநாயகவாதிகள் செய்யவேண்டி இருக்கிற பிரதான பணியாகும்; அத்தகைய பத்திரிகை இல்லா மல் இந்தப் பணியை நம்மால் செய்ய முடியாது. குறிப்பாக, இந்த சந்தர்ப்பத்தில் அரசியலில் மக்கள் அதிக சிரத்தை காண்பிக்கி றார்கள். சோசலிசத்தைப் பற்றிய பிரச்னைகளிலும் சிரத்தை கொண்டிருக்கின்றனர். இந்த சமயத்தில் செய்யவேண்டிய மிக மிக அவசர அவசியமான அந்த பிரசார கிளர்ச்சிப் பணியை அத்தகைய பத்திரிகை இல்லாமல் நம்மால் செய்ய முடியாது.'

கட்சிப் பத்திரிகை என்பதை, கருத்துகளை தாங்கிச் செல்லும் ஏடாக மட்டும் லெனின் கருதவில்லை. பிறகு? லெனினே சொல் கிறார். 'ஒரு செய்திப் பத்திரிகை என்பது ஒரு கூட்டுப் பிரசாரகன் மட்டுமல்ல; ஒரு கூட்டுக் கிளர்ச்சிக்காரன் மட்டுமல்ல; ஒரு கூட்டு அமைப்பாளருமாவான்.'

இப்பொழுது லெனினுடைய கவனம் முழுவதும், கட்சிக்கு ஒரு திட்டத்தை தயாரிப்பதிலேயே இருந்தது. அவருடைய யோச

னைப்படி இஸ்க்ரா ஆசிரியர் குழு, அத்தகையதொரு திட்டத்துக்
கான தத்துவார்த்தப் பகுதியை எழுதும்படி, பிளக்கானோவைக்
கேட்டுக்கொண்டது. அந்தத் திட்டத்துக்கான விவசாயப் பகுதி
யையும் முடிவுரையையும் லெனின் எழுதுவதென்று முடிவா
யிற்று.

ஆனால் பிளக்கானோவ் எழுதிய தத்துவார்த்தப் பகுதியில் சில
நிர்ணயிப்புகள் மிகப் பொதுவானவையாகவும் குறிப்பாக ரஷ்ய
முதலாளித்துவத்தைக் குறித்த நிர்ணயிப்பு மேம்போக்கானதாக
வும் இருப்பதாக லெனின் கருதினார். அத்துடன், தொழிலாளர்
வர்க்க சர்வாதிகாரம் என்பது குறித்தும் அதன் முக்கியத்துவம்
குறித்தும் எதுவும் சொல்லப்படாமலே விடப்பட்டுள்ளதையும்
லெனின் விமரிசித்தார். மேலும், கட்சியின் தொழிலாளர் வர்க்கத்
தன்மை குறித்து தேவைப்பட்ட அளவுக்கு விளக்கப்படவில்லை
என்பதையும் லெனின் சுட்டிக் காண்பித்தார். எனவே, இவை
அனைத்தையும் குறித்து லெனினே ஒரு நகல் எழுதினார்.

கட்சித் திட்டத்துக்காக லெனின் எழுதிய விவசாயப் பகுதி குறித்த
நகலை விளக்கி, இஸ்க்ரா ஏட்டில் அவர் சில தொடர் கட்டுரை
கள் எழுதினார். அதில் 'விவசாயிகளிடமிருந்து பறிக்கப்பட்ட
நிலங்கள் அவர்களுக்குத் திருப்பித் தரப்பட வேண்டும்,
நிலமனைத்தும் நாட்டுடமையாக்கப்பட வேண்டும்' என்பன
போன்ற பல புரட்சிகரமான அம்சங்களை அவர் வலியுறுத்தினார்.

இந்தக் கட்டுரைகள் 'இஸ்க்ரா' ஆசிரியர் குழுவினால் விவா
திக்கப்பட்டது. கடுமையான விவாதத்துக்குப் பின்னர், லெனின்
கூறியதையும் மீறி, நிலங்களை நாட்டுடமையாக்க வேண்டு
மென்ற பகுதியை ஆசிரியர் குழு நீக்கி விட்டது.

லெனின் அதைக்கண்டு அசரவில்லை. ஆசிரியர் குழுவுடன்
தொடர்ந்து போராடினார். இறுதியில், ரஷ்ய சமூக ஜனநாயக
தொழிலாளர் கட்சிக்கான நகல் திட்டம், இஸ்க்ரா ஏட்டின் 21-வது
இதழில் 1902-ம் ஆண்டு ஜூன் மாதத்தில் வெளியிடப்பட்டது.
லெனினுடைய இடைவிடாத போராட்டம் மற்றும் முயற்சி
காரணமாக, புரட்சியில் தொழிலாளர் வர்க்கத்தின் தலைமைப்
பங்கு மற்றும் தொழிலாளர் வர்க்கத்தின் சர்வாதிகாரம் போன்றவை
நகல் திட்டத்தில் முக்கிய இடத்தைப் பெற்றன.

9

இருபதாம் நூற்றாண்டின் தொடக்கத்தில்

19-ம் நூற்றாண்டின் முடிவில் ஐரோப்பாவைச் சூழ்ந்த தொழில் நெருக்கடி, ரஷ்யாவையும் தொற்றிக்கொண்டது. குறிப்பாக 1901-04 ஆண்டு களில் 3 ஆயிரம் தொழிற் கூடங்கள் இழுத்து மூடப்பட்டன. ஒரு லட்சம் தொழிலாளருக்கு அதிகமானோர் வேலையிழந்து வீதியில் தள்ளப் பட்டனர். வேலை செய்துகொண்டிருந்தவர் களின் ஊதியம் குறைக்கப்பட்டது. தொழிலாள ருக்கிருந்த ஒருசில சலுகைகளும் ரத்து செய்யப் பட்டன.

இதை எதிர்த்து தொழிலாளர்கள் வேலை நிறுத்தப் போராட்டத்தில் இறங்கினர். செயின்ட் பீட்டர்ஸ்பர்க் ஒபுகாவ் வெடி மருந்துத் தொழிற் சாலை, பாட்டும் நகர் தொழிற்கூடங்கள். ராஸ் டாவ்-ஆன்-டான், பாகு, டிபிலிஸ், ஒடெஸ்ஸா, கீவ் போன்ற இடங்களில் தொழிலாளர்கள் ஜார் மன்னனுக்கு எதிராக வீரம் செறிந்த போராட்டங் களை நடத்தினார்கள். சில இடங்களில் ஜார் மன்னனுடைய ராணுவத்தினரை எதிர்த்து தொழி லாளர்கள் கற்கள், இரும்பு ஆயுதங்கள் கொண்டு

போராடினார்கள். தொழிலாளர்களுக்கு எதிராகக் கொடூரமான ஒடுக்குமுறை கட்டவிழ்த்து விடப்பட்டது. நூற்றுக்கணக்கா னோர் தண்டிக்கப்பட்டனர்.

என்றபோதிலும் தொழிலாளர்கள் ஜார் மன்னனின் ஆட்சியை எதிர்த்து வீறு கொண்டு போராடினர். பல இடங்களில் ராணு வத்தின் துப்பாக்கிச் சூட்டில் பலர் கொல்லப்பட்டனர். மறுநாள் அந்தத் தியாகிகளின் இறுதி ஊர்வலத்தில் பல்லாயிரக்கணக்கான தொழிலாளர்கள் கலந்துகொண்டு அஞ்சலி செய்தனர்.

இதே காலகட்டத்தில் நிலப்பிரபுக்கள் மற்றும் ஜார் மன்னனின் கொடுங்கோன்மைக்கு இலக்காகி வந்த விவசாய மக்கள் பகுதியினர், தொழிலாளர் வர்க்க இயக்கத்தினால் ஈர்க்கப்பட்டு பெரும் கிளர்ச்சிகளில் இறங்கினர். 1902-ம் ஆண்டின் முதற்பாதி யில் அவர்கள் போல்டாவா, கார்கோவ் மாகாணங்கள் உள்ளிட்ட உக்ரைன் பிரதேசத்திலும், வால்கா நதிப் பகுதிகளிலும் நிலப் பிரபுக்களின் மாளிகைகளுக்குத் தீவைத்துக் கொளுத்தினர். தங் களை மோசமாக நடத்திய கிராம அதிகாரிகளையும், நிலப் பிரபுக்களையும் கொன்றனர். உடனே ஜார் மன்னனின் ராணுவம் அந்த இடங்களுக்கு அனுப்பப்பட்டு விவசாயிகள் ஈவிரக்கமின்றி சுட்டுத் தள்ளப்பட்டனர். நூற்றுக்கணக்கானோர் கைது செய்யப் பட்டு சிறைக்கோட்டங்களில் அடைக்கப்பட்டனர். ஆனாலும் ராணுவத்தால் எழுச்சியை அடக்க முடியவில்லை.

தொழிலாளர் வர்க்கத்தின் தாக்கம், ஜார் மன்னனை எதிர்த்து வந்த மாணவர்கள் மீது படிந்தது. இதனால் அந்த இயக்கம் மேலும் வலுவானது. மாணவர்களின் ஆர்ப்பாட்டங்கள் மற்றும் வேலை நிறுத்தங்களை ஒடுக்கும் பொருட்டு ஜார் அரசாங்கம் பல பல்கலைக்கழகங்களை இழுத்து மூடியது. நூற்றுக்கணக்கான மாணவர்கள் சிறைச்சாலைகளில் அடைக்கப்பட்டனர். தனக்குக் கீழ்ப்படிய மறுத்த மாணவர்களை ராணுவத்தில் சாதாரண சிப்பாய்களாகச் சேர்க்க ஜார் அரசாங்கம் திட்டமிட்டது. இதை எதிர்த்து 1901-02-ம் ஆண்டு குளிர்காலத்தில் அனைத்துப் பல்கலைக் கழகங்களைச் சேர்ந்த 30 ஆயிரம் மாணவர்கள் வேலை நிறுத்தத்தில் இறங்கினர்.

தொழிலாளர் முதல் மாணவர் வரை அனைத்துப் பகுதி மக்களும் கொந்தளித்து ஆவேசமான நடவடிக்கைகளில் ஈடுபடுவதைக் கண்ட ஜார் அரசாங்கம், அந்த எதிர்ப்பை நசுக்குவதற்காக

ராணுவத்தை ஏவிவிட்டு அட்டூழியங்களைப் புரிந்தது. கைது நடவடிக்கைகளால் சிறைச்சாலைகள் நிரம்பி வழிந்தன. நாடு கடத்தப்படுவோர் எண்ணிக்கையும் நாளுக்கு நாள் அதிகரித்தது.

இதே நேரத்தில், எழுச்சிகர நடவடிக்கைகளிலிருந்து தொழிலாளிகளின் கவனத்தைத் திருப்பும் பொருட்டு ஜார் அரசாங்கம், தனது காவல் துறை மூலம் போலியான தொழிற்சங்கங்களை உருவாக்க ஆரம்பித்தது. இந்தச் சங்கங்களும், அதை நடத்திய காவல்துறை ஏஜெண்டுகளும், 'ஜார் மன்னனே தொழிலாளர்களுக்காக இருக்கும்போது தொழிற்சங்கம் ஏன், போராட்டம் ஏன்' என்பது போன்ற பசப்பு வார்த்தைகளைக் கூறினார்கள். இதே வழியில், 'காபன் பாதிரி' என்ற ஏமாற்றுப் பேர்வழி செயின்ட் பீட்டர்ஸ்பர்க் நகரில் 'ரஷ்ய ஆலைத் தொழிலாளர் கழகம்' என்ற போலித்தனமான அமைப்பை நிறுவி தொழிலாளரை ஏமாற்றும் வேலையில் இறங்கினான்.

10

போல்ஷேவிக் யார்? மென்ஷேவிக் யார்?

ரஷ்யத் தொழிலாளர் வர்க்க இயக்கத்தில் மிகப் பெரும் திருப்புமுனைக்கு வித்திட்ட, ரஷ்ய சமூக ஜனநாயக தொழிற் கட்சியின் இரண்டாவது மாநாடு (காங்கிரஸ்) 1903-ம் ஆண்டு ஜூலை மாதம் 30-ம் தேதியன்று பிரஸ்ஸல்ஸ் நகரில் தொடங்கியது. ஆனால், பெல்ஜிய நாட்டு அரசாங்கம் அங்கே கூடியிருந்த பிரதிநிதிகளை நாட்டை விட்டு வெளியேறுமாறு உத்தரவிட்டது.

எனவே, பிரதிநிதிகள் அனைவரும் லண்டனுக்குச் சென்று அங்கே இந்த மாநாட்டைத் தொடர்ந்து நடத்தினர். இந்த மாநாட்டுக்கு 26 அமைப்புகள் தங்கள் சார்பாக 43 பிரதிநிதிகளை அனுப்பி இருந்தன. இதில் இஸ்க்ரா பத்திரிகையை ஆதரிப்பவர்கள் 24 வாக்குகளைப் பெற்றிருந்தனர். மீதமுள்ளவர்கள் பொருளாதாரவாதிகள், யூதத் தொழிலாளர் அமைப்பான பண்டைச் (Jewish Labour Bund) சேர்ந்தவர்கள் ஆவர்.

இந்த மாநாடு இரண்டு முக்கியக் கடமைகளை நிறைவேற்றியது. ஒன்று, லெனினால் தயாரிக்கப்

பட்டு இஸ்க்ராவினால் முன் வைக்கப்பட்ட கட்சித் திட்டத்தை இந்த மாநாடு ஏற்றுக்கொண்டது. இந்தத் திட்டமானது இரண்டு பகுதிகளைக் கொண்டது. ஒன்று, நீண்டகால நடைமுறைக் கொள்கை (Strategy); இரண்டு, உடனடி நடைமுறைக் கொள்கை (Tactics).

நீண்டகாலக் கொள்கை என்பது ரஷ்யாவில் சோசலிசப் புரட்சி நடத்தி முதலாளித்துவ வர்க்கத்தின் ஆதிக்கத்தை வீழ்த்தி, தொழிலாளர் வர்க்கத்தின் தலைமையில் ஆட்சி அதிகாரத்தைக் கைப்பற்றுவது, தொழிலாளர் வர்க்கத்தின் சர்வாதிகாரத்தை நிறுவுவது என்பதாகும். அதாவது, தொழிலாளர் வர்க்கத்துக்கு சர்வ அதிகாரங்களும் அளிக்கப்படுவது என்பதாகும்.

உடனடி நடைமுறைக் கொள்கை என்பது, மேலே கூறப்பட்ட புரட்சி வெற்றியடைவதற்கு, இடைப்பட்ட காலத்தில் ஜார் மன்னனுடைய எதேச்சாதிகாரத்தை வீழ்த்தி ஜனநாயகக் குடியரசை உருவாக்குவது, 8 மணி நேர வேலை நாள் அமுல்படுத்தப் படுதல், கிராமப்புறங்களில் பண்ணை அடிமைத்தனத்தின் மிச்சம் மீதிகளை முற்றிலும் ஒழித்தல், நிலப்பிரபுக்களிடமிருந்து பறிக்கப்பட்ட நிலங்களை விவசாயிகளுக்குப் பிரித்துக் கொடுத்தல், தொழிலாளர் நலச் சட்டங்கள் கொண்டு வருதல், ஜனநாயக உரிமைகள் உறுதி செய்யப்படல் போன்றவற்றை நிறைவேற்று வதாகும்.

இந்தத் திட்டம் குறித்து மாநாட்டில் விவாதிக்கும்பொழுது 'பண்ட்' அமைப்பின் ஆதரவாளர்களும், பொருளாதாரவாதி களும் 'தொழிலாளர் வர்க்க சர்வாதிகாரம்' என்பதைக் கடுமை யாக எதிர்த்தனர். அதே போன்று விவசாயிகள் பிரச்னை குறித்த கோரிக்கைகள் இந்தத் திட்டத்தில் சேர்க்கப்படக் கூடாதென்றும், தேசிய இனங்களுக்குச் சுயநிர்ணய உரிமை தரக்கூடாதென்றும் இவ்விரு பகுதிகளைச் சேர்ந்தவர்களும் எதிர்த்தனர். லெனின், இத்தகைய ஆட்சேபங்களுக்குத் தக்க பதிலளித்துப் பேசினார். அதன்பின் மாநாடு, இந்தக் கட்சித் திட்டத்தை ஏற்றுக் கொண்டது. மார்க்ஸ், எங்கெல்ஸ் மறைவுக்குப்பின் இத்தகைய புரட்சிகரத் திட்டம் உருவாக்கப்பட்டது இதுவே முதன்முறை யாகும்.

அடுத்து அமைப்பு விதிகள் குறித்து முடிவு எடுக்கப்பட்டபின் மாநாட்டில் மற்றொரு கடுமையான பிரச்னை எழுந்தது. யூதத்

தொழிலாளர் அமைப்பான பண்ட், கட்சிக்குள் தனக்கு சிறப்புத் தகுதி வேண்டுமெனக் கோரியது. ரஷ்யாவின் யூதத் தொழிலாளர்கள் அனைவரின் ஒரே பிரதிநிதியாகத் தன்னை அங்கீகரிக்க வேண்டுமெனவும் அது கோரியது. மாநாடு இதை ஏற்க மறுத்தது. இதனால் அவர்கள் மாநாட்டிலிருந்து வெளியேறினர்.

அடுத்து 'பொருளாதாரவாதிகள்' ஒரு கோரிக்கையை எழுப்பினர். வெளிநாடுகளில் தங்களைக் கட்சியின் பிரதிநிதியாகக் கருதச் செய்யும் பொருட்டு தங்களுடைய 'வெளிநாட்டுச் சங்கத்தை' அங்கீகரிக்க வேண்டுமெனக் கோரினர். மாநாடு இக்கோரிக்கையையும் நிராகரித்தது. அதன்பின் அவர்களும் மாநாட்டிலிருந்து வெளியேறினர்.

இதனால், மாநாட்டில் லெனினைப் பின்பற்றியவர்களின் எண்ணிக்கை அதிகமானது.

பின்னர், லெனின் கருத்துப்படி இஸ்க்ரா பத்திரிகையின் ஆசிரியர் குழுவுக்கு லெனின், பிளக்கானோவ் மற்றும் மார்டாவ் ஆகிய மூவரும் தேர்ந்தெடுக்கப்பட்டனர். ஆனால் மார்டாவ் இதை எதிர்த்தார். ஆசிரியர் குழுவில் முன்பிருந்த ஆறு நபர்களையே தேர்ந்தெடுக்க வேண்டுமெனக் கூறினார். இந்த ஆறு பேரில் பெரும்பாலோர் மார்டாவின் ஆதரவாளர்கள்.

மாநாடு, கட்சியை வழிநடத்திச் செல்ல புதிய மத்தியக் குழு ஒன்றைத் தேர்ந்தெடுத்தது. அதன்பின், மத்தியக் குழு மற்றும் இஸ்க்ரா ஆசிரியர் குழுவின் செயல்பாடுகளை ஒருங்கிணைப்பதற்காகவும் ஒற்றுமைபடுத்தும்பொருட்டும், கட்சியின் கவுன்சில் ஒன்று உருவாக்கப்பட்டது. ஐந்து உறுப்பினர்கள் கொண்ட கவுன்சிலில் இருவர் இஸ்க்ரா ஏட்டிலிருந்தும் இருவர் கட்சியின் மத்தியக் குழுவிலிருந்தும் தேர்ந்தெடுக்கப்பட்டனர். ஐந்தாவது உறுப்பினரான பிளக்கானோவ், கட்சி மாநாடு மூலம் கவுன்சிலின் தலைவராகத் தேர்ந்தெடுக்கப்பட்டார். லெனின், இஸ்க்ரா ஏட்டின் மூலம் தேர்ந்தெடுக்கப்பட்டார்.

இந்த மாநாடு, லெனினுக்கும் அவரது வழியை ஏற்றுக்கொண்டவர்களுக்கும் பெரும்பான்மையை அளித்ததால் அவர்கள் பெரும்பான்மையினர் (போல்ஷெவிக்குகள்) என்றும், அவரை எதிர்த்து நின்ற சிறு பகுதியினர், சிறுபான்மையினர் (மென்ஷெவிக்குகள்) என்றும் அழைக்கப்படலாயினர்.

ஆர்.எஸ்.டி.எல்.பி. என்றழைக்கப்பட்ட ரஷ்ய சமூக ஜனநாயகத் தொழிலாளர் கட்சியின் இரண்டாவது மாநாடானது ரஷ்யத் தொழிலாளர் வர்க்க இயக்கத்தில் மட்டுமல்ல, உலகத் தொழி லாளி வர்க்க இயக்க வரலாற்றிலேயே ஒரு திருப்புமுனையாகும். ஒரு புதிய வகைப்பட்ட புரட்சிகர தொழிலாளர் வர்க்க கட்சி உதயமாவதற்கு அது வழிவகுத்தது.

11

ஜப்பானிடம் தோல்வி கண்ட ரஷ்யா

19-ம் நூற்றாண்டின் இறுதியில், நாடுகளைப் பிடிப்பதற்காகவும், தங்கள் நாட்டுப் பரப்பை விரிவுபடுத்திக் கொள்வதற்காகவும் ஏகாதிபத்திய நாடுகள், ஆக்ரமிப்புத் திட்டங்களைத் தீட்டின. குறிப்பாக, பசிபிக் பெருங்கடலில் தங்கள் ஆதிக்கத்தை நிலைப்படுத்திக் கொள்ளவும் சீனா மற்றும் கொரியாவைப் பங்கு போட்டுக்கொள்ள வும் இந்த ஏகாதிபத்திய நாடுகள் துடித்தன.

1900-ம் ஆண்டில் அன்னிய ஏகாதிபத்திய வாதிகளுக்கு எதிராகச் சீன மக்கள் கிளர்ந்தெழுந் தனர். ஆனால், அந்த எழுச்சியை ஜப்பான், ஜெர்மனி, பிரிட்டன், பிரான்ஸ் மற்றும் ரஷ்யா ஆகியவை சேர்ந்து கொடூரமாக ஒடுக்கின. இதனைத் தொடர்ந்து சீனாவில் ரயில்பாதை போடும் உரிமையை ரஷ்யா பெற்றது. சீனக் கிழக்கு ரயில்வே என்ற பெயரில் போடப்பட்ட இந்த ரயில்வேயை பாதுகாப்பதற்காக அங்கே ரஷ்யத் துருப்புகள் வைக்கப்பட்டன. ஏற் கெனவே ரஷ்யா, சீனாவின் போர்ட் ஆர்தர் என்ற துறைமுகத்தையும், லியோதுங் தீபகற்பத்தையும்

தன்னிடம் வைத்திருந்தது. இப்பொழுது அது கொரியாவைப் பிடிக்கும் முயற்சியில் இருந்தது.

ரஷ்யாவின் ஆக்கிரமிப்புகள், ஜப்பானை ஆத்திரம் கொள்ளச் செய்தது. தனது விரிவடையும் சந்தைகளுக்காக ஆசியாவில் புதிய நாடுகளைப் பிடிக்கும் முயற்சியில் ஜப்பான் இருந்தது. முதலில் சீனாவையும் பின்னர் கொரியாவையும் விழுங்க அது திட்டமிட்டிருந்தது. அத்துடன் சாக்கலீன் என்ற தீவையும், ரஷ்யாவின் தூரக் கிழக்குப் பகுதியையும் கைப்பற்ற ஜப்பான் திட்டமிட்டுக் கொண்டிருந்தது.

ரஷ்ய நாட்டுக்குள் தனது சக்தி வாய்ந்த ஒற்றர் படையை வைத் திருந்த ஜப்பான், ஜார் அரசாங்கத்தின் செயலற்ற தன்மையை நன்கு அறிந்து கொண்டு 1904-ம் ஆண்டு பிப்ரவரி மாதத்தில் ரஷ்யாவின் போர்ட் ஆர்தர் துறைமுகத்தைத் தாக்கியது. அங் கிருந்த கடற்படைக் கப்பல்கள் இரண்டை ஜப்பானிய நீர் மூழ்கிக் கப்பல்கள் தாக்கித் தகர்த்தன. ஏழு ரஷ்ய யுத்தக் கப்பல்களை ஜப்பானியப் படைகள் பிடித்தன. மேலும் பல ரஷ்யக் கப்பல்கள் பெரும் சேதத்தைச் சந்தித்தன.

ஏப்ரல் 13-ம் தேதியன்று பெட்ரோபாவ்லாஸ்கி என்ற ரஷ்ய யுத்தக் கப்பல் ஜப்பானியக் கண்ணி வெடிகளால் தகர்க்கப் பட்டது. இதில் கப்பலின் கமாண்டர், அதிகாரிகள், மாலுமிகள், கடற்படை அதிகாரிகள் என 600 பேர் கொல்லப்பட்டனர். 37 பேர் மட்டுமே உயிர் தப்பினர். சரியான பயிற்சி தரப்படாத, போது மான ஆயுதங்கள் வழங்கிடப்படாத கடற்படையினர் ஊழல் மலிந்த, திறமையற்ற தளபதிகளால் நடத்தப்பட்டதன் காரண மாக, தோல்விக்கு மேல் தோல்வியையே சந்திக்க நேரிட்டது.

இந்த யுத்தத்தினால் முதலாளிகளும், ஜார் மன்னனின் அதிகாரி களும், தளபதிகளும் கொழுத்த பணக்காரர்கள் ஆயினர். ஆனால் ராணுவத்தினருக்குப் போதுமான ஆயுதங்களோ, வெடி மருந்துப் பொருள்களோ அனுப்பப்படவில்லை. சிறப்பு ரயில்கள், யுத்தத் தில் காயமடைந்த ரஷ்ய ராணுவத்தினரை ஏற்றிச் செல்வதற்குப் பதிலாக, தளபதிகள் கொள்ளையடித்துக் குவித்த சொத்துகளை ஏற்றிச்செல்லவே பயன்படுத்தப்பட்டன.

ஏழு மாத முற்றுகைக்குப் பின் 1905-ம் ஆண்டு ஜனவரி மாதம் 2-ம் தேதியன்று போர்ட் ஆர்தர் கோட்டையிலிருந்த 20 ஆயிரம் ரஷ்ய ராணுவத்தினர் ஜப்பானியத் தளபதியிடம் சரணடைந்தனர்.

போர்ட் ஆர்தரை ஜப்பானியப் படைகள் முற்றுகையிட்டு கைப் பற்றின. ஜாரின் ராணுவம் பல இடங்களில் முறியடிக்கப்பட்ட பிறகு, முக்டன் என்ற இடத்தில் நடைபெற்ற போரில் நிர்மூல மாக்கப்பட்டது. இந்தச் சண்டையில் மட்டும் 1 லட்சத்து 20 ஆயிரம் ரஷ்ய ராணுவத்தினர் கொல்லப்பட்டனர். பல்லாயிரக் கணக்கானோர் யுத்தக் கைதிகளாகப் பிடிபட்டனர். போர்ட் ஆர்தரைக் கைப்பற்றுவதற்காக பால்டிக் கடலிலிருந்து அனுப்பப் பட்ட 20 ரஷ்ய யுத்தக் கப்பல்களில், 13 கப்பல்கள் ஷுஷிமா ஜலசந்தியில் ஜப்பானியப் படைகளால் முற்றிலும் நாசம் செய்யப்பட்டன. நான்கு கப்பல்களை ஜப்பான் பிடித்துக் கொண்டது.

மே மாதம் 27-ம் தேதியன்று ஜப்பானியக் கடற்படைத் தலைவர் டோ என்பவருடைய யுத்தக் கப்பல்கள், ரஷ்யாவின் பால்டிக் கடற்படையை நிர்மூலமாக்கின. அதன் 38 யுத்தக் கப்பல்களில் மூன்றே மூன்று மட்டுமே தப்பின.

ரஷ்யர்கள் வசமிருந்த சகாலின் தீவில் ஜுலை முதல் வாரத்தில் ஜப்பானிய ராணுவத்தினர் ஏழாயிரம் பேர் இறங்கினர். மூன்று வார காலச் சண்டைக்குப் பிறகு அங்கிருந்த ரஷ்யப் படையினர் ஜப்பானிய ராணுவத்திடம் சரணடைந்தனர். மஞ்சூரியாவில் 12 நாள்கள் நீடித்த போருக்குப் பின், ரஷ்யத் தளபதி குரோபோட்சி னுடைய இரண்டு லட்சம் ரஷ்ய ராணுவத்தினர் ஜப்பானியரால் தோற்கடிக்கப்பட்டுப் பின்வாங்கினர்.

இவ்வாறு ரஷ்ய நாடு படுதோல்வியைச் சந்திக்க நேரிட்டது. இறுதியில் இந்தப் போர் அமெரிக்க ஜனாதிபதி ரூஸ்வெல்ட்டின் உதவியுடன் முடிவடைந்தது. கொரியாவிலும், மஞ்சூரியாவி லும் ரஷ்ய மற்றும் ஜப்பானியப் படைகளுக்கிடையிலான போர், செப்டம்பர் 5-ம் தேதியன்று அதிகாரப்பூர்வமாக முடிவுக்கு வந்தது.

போர்ட்ஸ்மவுத் என்ற இடத்தில் நடைபெற்ற சமாதானப் பேச்சுவார்த்தையில், ரஷ்யா மீது ஜப்பான் பல நிபந்தனைகளை விதித்தது.

ரஷ்ய ராணுவம் மஞ்சூரியாவிலிருந்து வெளியேற வேண்டும், கொரியாவில் ஜப்பானின் தனி உரிமைகள் அங்கீகரிக்கப்பட வேண்டும், மீண்டும் அங்கே ரஷ்யா தலையிடாது என்ற உத்தர வாதம் தரவேண்டும், போர்ட் ஆர்தர் உள்ளிட்ட தீபகற்பங்கள்

ஜப்பானிடம் விடப்படவேண்டும். ஜப்பான் கடலில், ரஷ்ய எல்லைக்குட்பட்ட கடல் பகுதியில் மீன் பிடிக்கும் உரிமை ஜப்பானுக்குத் தரப்பட வேண்டும். இவை தவிர, ஒரு பெரும் தொகையை யுத்த நஷ்ட ஈடாக ரஷ்யா, ஜப்பான் நாட்டுக்குத் தர வேண்டும்.

படுதோல்வி கண்ட ஜார் அரசாங்கம், இந்தக் கோரிக்கைகள் அனைத்தையும் மௌனமாக ஏற்றுக்கொண்டது. அதைத் தவிர அவர்களுக்கு வேறு வழி இல்லை.

போல்ஷெவிக்குகள் இந்த யுத்தத்தை, தொடக்கம் முதலே எதிர்த்தனர். ஆனால் டிராட்ஸ்கி உள்ளிட்ட மென்ஷெவிக்குகள் 'தந்தையர் நாட்டைப்' பாதுகாக்க வேண்டும் என்றனர். இந்த யுத்தத்தின் பொழுது ரஷ்யாவின் ஏழை எளிய மக்கள் பெரும் துயரத்துக்கு ஆளாயினர். விலைவாசி ஏற்றம், பொருளாதார நெருக்கடி போன்றவை அவர்களை வாட்டி வதைத்தன. ஜார் ஆட்சிக்கு எதிராக மக்களிடம் வெறுப்பும், ஆத்திரமும் தோன்றின. ஒரு புரட்சிகர எழுச்சி தோன்றுவதற்கான அறிகுறி கள் தென்படலாயின.

அவ்வாண்டு டிசம்பர் மாதத்தில் பாகு நகரில் எண்ணெய்க் கிணறு தொழிலாளர்களின் வேலை நிறுத்தம், அந்நகரின் போல்ஷெவிக் குழுக்களால் நடத்தப்பட்டது. இப்போராட் டம் வெற்றி பெற்று தொழிலாளர்களுக்கும், முதலாளிகளுக்கு மிடையே ஒரு கூட்டு ஒப்பந்தம் ஏற்பட்டது. ரஷ்யத் தொழி லாளர் வர்க்கத்தின் இயக்க வரலாற்றில் கிடைத்த முதல் பெரும் வெற்றி இது!

12

ரத்த ஞாயிறு

புரட்சி நெருப்பு பற்றிக்கொண்டது.

1905-ம் ஆண்டு ஜனவரி மாதம் 3-ம் தேதியன்று செயின்ட் பீட்டர்ஸ்பர்க் நகரிலிருந்த 'புடிலோவ் வொர்க்ஸ்' என்ற தொழிற்சாலையில் ஒரு வேலை நிறுத்தம் தொடங்கியது. நான்கு தொழிலாளர்கள் வேலை நீக்கம் செய்யப் பட்டதை எதிர்த்து இது தொடங்கியது.

அந்நகரின் மிகப் பெரியதான இந்தத் தொழிற் சாலையில் தொடங்கிய வேலை நிறுத்தம் விரை வில் அந்நகரின் இதர மில்கள், தொழிற்சாலை களுக்கும் பரவியது. விரைவில், ஒரு மிகப் பெரும் பொது வேலை நிறுத்தமாக, பெரும் இயக்கமாக வளர்ந்தது.

வழக்கம் போல ஜார் அரசாங்கம் இந்தப் போராட் டத்தை ரத்த வெள்ளத்தில் ஆழ்த்தி ஒடுக்குவ தென்று முடிவு செய்தது. இதற்காகக் கேபன் பாதிரி என்ற காவல்துறையின் கையாளைப் பயன்படுத்திக் கொண்டன.

இவன், இந்த வேலை நிறுத்தம் தொடங்கியதும் தனது அமைப்பின் கூட்டத்தில் ஒரு சதித் திட்டத்தை மிக நாசூக்காகக் கூறினான். அதாவது, 'ஜனவரி 9-ம் தேதி ஞாயிற்றுக்கிழமையன்று சகல தொழிலாளர்களும் கூடவேண்டும். மாதா கோவில் கொடிகளையும், ஜார் மன்னனுடைய படங்களையும் சுமந்து கொண்டு அமைதியான முறையில், அந்த மன்னனின் குளிர்கால அரண்மனைக்குச் செல்ல வேண்டும். அவர் நேரில் தோன்றுவார். அவரிடம் தங்களுடைய கோரிக்கைகளை ஒரு மனுவாகச் சமர்ப்பிக்க வேண்டும். அவர் அனைத்தையும் செவிமடுத்து அவர்கள் கேட்பதைக் கொடுத்து திருப்தி செய்வார்' என்று கூறினான். அவன் நோக்கம் முழுவதும், கூடியிருக்கும் தொழிலாளர்மீது, காவல்துறை துப்பாக்கிச் சூடு நடத்தி, அந்தப் போராட்டத்தை சிதறடிக்க வேண்டும் என்பதுதான்.

தொழிலாளர் கூட்டங்களில் இந்த மனு விவாதிக்கப்பட்டது. அந்தக் கூட்டங்களில் கலந்துகொண்ட போல்ஷெவிக்குகள் தங்களை யார் என்று அறிவிக்காமல் கலந்துகொண்டு பேசினர். அவர்களுடைய தாக்கம் காரணமாக பேச்சு, எழுத்து மற்றும் சங்கம் வைக்கும் உரிமை, அரசியல் நிர்ணய சபையை அமைப்பது, யுத்தத்தை முடிப்பது, 8 மணி நேரம் வேலை போன்ற கோரிக்கைகள் இந்த மனுவில் சேர்க்கப்பட்டன.

ஆனால், அவர்கள் ஓர் எச்சரிக்கை விடுத்தனர். ஜார் மன்னனிடம் செல்லும்பொழுது சுட்டுத் தள்ளப்படுவீர்கள் என்று தொழிலாளிகளை எச்சரித்ததுடன், மனு கொடுப்பதால் சுதந்தரம் பெற முடியாது, ஆயுதமேந்திப் போராடினால்தான் அதை அடைய முடியும் என்றும் எச்சரித்தனர்.

ஆனால் அப்பாவித் தொழிலாளர்கள், கேபன் பாதிரியை நம்பி மனுவுடன் குளிர்கால அரண்மனைக்கு ஊர்வலமாகப் போவதை போல்ஷெவிக்குகளால் தடுக்க முடியவில்லை. எனவே அவர்களும் தொழிலாளர்களுடன் ஊர்வலத்தில் சென்றனர்.

பாறாங்கல் மனத்தையும் கரைத்துவிடக்கூடிய அந்த உருக்கமான மனு இதுதான் :

> *'செயின்ட் பீட்டர்ஸ்பர்க் தொழிலாளர்களாகிய நாங்கள், எங்கள் மனைவி, மக்களுடனும், உதவியற்ற முதிய பெற்றோருடனும், சத்தியத்தையும் பாதுகாப்பையும் நாடி*

பெருமை தாங்கிய எங்களுடைய சக்கரவர்த்தியாகிய தங்களிடம் வந்திருக்கிறோம்.

நாங்கள் வறுமை நோயால் பீடிக்கப்பட்டிருக்கிறோம். நாங்கள் ஒடுக்கப்பட்டவர்கள். நாங்கள் அவமதிப்புக்கும், அவமானத்துக்கும் ஆளாகிறோம். நாங்கள் மனிதர்களாக நடத்தப்படவில்லை. எங்களுக்கு பொறுத்துப் பொறுத்து அலுத்துப்போய் விட்டது.

ஏழைமைப் படுகுழியில், உரிமையில்லா நரகத்தில், அறியாமைச் சகதியில் நாளுக்கு நாள் அதிகமாக நாங்கள் ஆழத்தில் ஆழ்த்தப்படுகிறோம். எதேச்சாதிகாரத்தினாலும், கொடுங்கோன்மையாலும் எங்களுடைய குரல்வளை நெறிக்கப்படுகிறது. எங்களுடைய பொறுமை எல்லையைக் கடந்து விட்டது. இந்தச் சகிக்க முடியாத துயரங்களைப் பொறுத்துக் கொண்டு உயிர்வாழ்வதை விட சாவதே மேல் என்று சொல்லும் படியான பயங்கர நேரம் வந்துவிட்டது.'

இந்த ஊர்வலத்தில் ஒரு லட்சத்து நாற்பதாயிரம் மக்கள் பங்கெடுத்தனர். அந்த அப்பாவி ரஷ்ய மக்கள் தங்கள் மனைவி, மக்களுடன் விழா உடைகள் அணிந்து கிறித்துவ தெய்வங்கள் படங்கள், ஜார் மன்னன் படம், சிலுவை ஆகியவற்றை, தங்கள் கரங்களில் ஏந்தியவாறே குளிர்கால அரண்மனையை நோக்கிச் சென்றனர். வேதவாக்கியங்களை உச்சரித்தவாறே சென்றனர்.

இரண்டாவது நிக்கோலஸ் என்ற ஜார் மன்னன் தமது சோகங்களைச் சுமந்துகொண்டு, மிகுந்த நம்பிக்கையுடன் மனு கொண்டு வரும் அந்த அப்பாவிக் கூட்டத்தை சுட்டுப் பொசுக்கும்படி உத்தரவிட்டார். பீரங்கிகள் குண்டுமழை பொழிந்தன. காக்கை குருவிகளைப் போல மக்கள் சுருண்டு விழுந்து மடிந்தனர். குளிர்கால அரண்மனை முன்பு ரத்த ஆறு ஓடியது.

'எங்களை ஒன்றும் செய்துவிடாதீர்கள், நாங்கள் சரணடைந்து விடுகிறோம்!' என்று சத்தம் போட்டு வேண்டிக்கொண்ட போதும் வீரர்கள் அவர்களைத் தொடர்ந்து சுட்டுக்கொண்டிருந்தனர். வயதானவர்கள், பெண்கள், ஊனமுற்றவர்கள் என்று எவரையும் விட்டு வைக்கவில்லை. 'எங்களிடம் சிறு துரும்பும் கிடையாது. மனு கொடுக்கவே இங்கு திரண்டு வந்தோம்!' என்று எத்தனை கத்தியும் அவர்களை யாரும் மன்னிக்கவில்லை.

நிராயுதபாணியாக வந்திருந்த மக்களைக் கொன்றழிக்க பீரங்கிகள் எதற்கு? குண்டுகளுக்கு ஓய்வு கொடுத்துவிட்டு வாள் களையும், சவுக்குகளையும் அதிகாரிகள் கையில் எடுத்துக்கொண் டனர். மக்கள் செத்து மடிந்தனர். எத்தனை ஆயிரம் பேர் இறந்தனர், எத்தனை ஆயிரம் பேர் காயமடைந்தனர் என்பது புரியாத மர்மமாகவே நீடித்தது.

ஊர்வலத்தினருடன் சென்ற போல்ஷெவிக்குகளில் பலர் கொல்லப்பட்டனர். கேபன் பாதிரி தப்பி ஓடிவிட்டான்.

'ரத்த ஞாயிறு' என்று வரலாற்றில் இடம் பெற்றுவிட்ட இந்த கோரச் சம்பவமானது ரஷ்யத் தொழிலாளர்களுக்கு ஓர் அனு பவத்தைக் கொடுத்தது. போராட்டம் மூலம் மட்டுமே தங்கள் உரிமையைப் பெற முடியுமென்ற முடிவுக்கு இது கொண்டு சென்றது. அன்று மாலையில் தொழிலாளர் குடியிருப்புப் பகுதி களிலிருந்த தெருக்களில் மக்கள் திரண்டனர்.

'ஜார் நமக்குக் குண்டுகளைக் கொடுத்தான். நாம் அவனுக்கு அதைத் திருப்பிக் கொடுப்போம்' என்று தொழிலாளர்கள் சூளுரைத்தனர்.

ஜாரின் படுபாதகச் செயல் நாடு முழுவதிலும் ஆவேச அலையை ஏற்படுத்தியது. அனைத்து நகரங்களிலும் வேலை நிறுத்தங்கள் நடைபெற்றன. 'ஜாரின் எதேச்சாதிகாரம் ஒழிக' எனும் முழக்கம் அனைத்து வீதிகளிலும் எதிரொலித்தது.

அந்த ஜனவரி மாதத்தில் மட்டும் நடைபெற்ற வேலை நிறுத்தங் களில் பங்கெடுத்தோர் 4 லட்சத்து 40 ஆயிரம் பேர்! அதற்கு முந்தைய 10 மாதங்களில் வேலை நிறுத்தத்தில் பங்கெடுத்தவர் களைவிட பன்மடங்கு தொழிலாளர்கள் அந்த ஒரு மாதத்தில் வேலை நிறுத்தம் செய்து வீதிக்கு வந்தனர்.

ரஷ்யாவில் புரட்சி ஆரம்பித்துவிட்டது.

'ரத்த ஞாயிறு' படுகொலைகள் நிகழ்ந்த தினத்தன்று லெனின் ஜெனீவாவில் இருந்தார். இந்தப் படுகொலைகள், அவற்றின் காரணமாக உருவெடுத்த கொந்தளிப்பு, மக்களின் ஆவேசம் போன்ற அனைத்து விவரங்களும் அவருக்கு உடனடியாகக் கிடைத்தன. இந்த மாற்றங்களைக் குறித்து ஒரு விரிவான கட்டுரையையும் எழுதினார்.

‘மிகப் பெரிய வரலாற்று முக்கியத்துவம் வாய்ந்த நிகழ்ச்சிகள் ரஷ்யாவில் நடைபெற்றுக் கொண்டிருக்கின்றன. ஜார் ஆட்சியை எதிர்த்து, பாட்டாளி வர்க்கம் பொங்கி எழுந்துள்ளது. அதற்கு காரணம் வேறு யாருமல்ல, அரசாங்கம்தான். நடந்து முடிந்த கோரச் சம்பவத்துக்கு அரசாங்கம்தான் முழுமையாகப் பொறுப் பேற்கவேண்டும்.’

அரசாங்கம் பொறுப்பேற்கவில்லை. மாறாக, பாட்டாளி வர்க்கத்தையே அவர்கள் சாடினார்கள்.

தொழிலாளர்கள் வெகுண்டு எழுந்தனர். ஈவிரக்கமில்லாமல் சுட்டுக்கொன்றதோடு இல்லாமல் பழியையும் நம் மீதே போடுகி றார்களே என்று கடும்கோபம் கொண்டனர். முதலாளித்துவத்தின் முகம் இத்தனை குரூரமாக, இத்தனை கோரமாக இருக்கும் என்று அவர்கள் எதிர்பார்க்கவில்லை. அரசாங்கத்தை எதிர்ப்பது என்று முடிவு செய்யப்பட்டது. அசுரத்தனமாக வளர்ந்து நிற்கும் அரசாங் கத்தை எதிர்க்க முடியுமா எனும் கேள்வியை ஒதுக்கிவைத்து விட்டு போராட்டத்துக்கு தம்மைத் தயார்படுத்திக்கொள்ளத் தொடங்கினர்.

‘சாவு அல்லது சுதந்தரம்’ என்ற முழக்கம் ரஷ்யா முழுவதிலும் அழுத்தமாக ரீங்காரமிட்டது.

செயின்ட் பீட்டர்ஸ்பர்க்கில் பொது வேலை நிறுத்தம் பரவிக் கொண்டிருந்தது. இங்கிருந்து கிளம்பிய தீப்பொறி ரஷ்யாவின் பிற பகுதிகளையும் தொற்றிக்கொண்டது. மாஸ்கோவில் 10 ஆயிரம் தொழிலாளர்கள் வேலை நிறுத்தத்தில் குதித்தனர்.

செவாஸ்டபூலில் கடற்படையின் ஆயுதக் கிடங்கும், அதற்குச் சொந்தமான பொருள்களும் எரிந்து சாம்பலாயின.

புரட்சி பரவிக்கொண்டிருந்தது.

லெனின் சொன்னதைப் போல, அமைதியாக மனு கொடுக்க வந்த மக்களை ஆயுதம் ஏந்த வைத்தது அரசாங்கம். அமைதியாக சுருண்டு படுத்துக்கிடந்த மக்களுக்குத் தைரியமூட்டி, அவர்களை ஒன்றுதிரட்டிப் போராட வைத்தது அரசாங்கம். எது நடக்கக் கூடாது என்று ஜார் மன்னர் நினைத்தாரோ அதுதான் நடந்தது.

உலகம் முழுவதுமுள்ள பாட்டாளி மக்கள் ரஷ்யாவை ஆவ லோடு கவனிக்கத் தொடங்கினார்கள்.

தொழிலாளர்கள் உணர்வுபூர்வமாக ஒன்று சேர்ந்தனர். போராட்ட குணம் கொழுந்துவிட்டு எரிந்தது. அமைப்பு ரீதியாக ஆள்கள் ஒன்று திரண்டனர்.

லெனின் அத்தனை மாற்றங்களையும் கவனமாகப் பார்த்துக் கொண்டிருந்தார். ஜார் ஆட்சியின் கொடூர முகம் அவர் அறிந்ததே.

'ரஷ்யாவில் ஜார் ஆட்சியை வேரோடு கெல்லி எறியும் பணியை நமது தொழிலாளர் வர்க்கம் வீரத்துடன் தொடங்கி இருக்கிறது. இது, அனைத்து நாடுகளின் வரலாற்றிலும் ஒரு திருப்பு முனை யாகத் திகழப் போகிறது. அனைத்து நாடுகளிலும் அனைத்து அரசுகளிலும் உலகத்தின் அனைத்துப் பகுதிகளிலும் உள்ள தொழிலாளர்களுக்குத் தங்கள் கடமையைச் சுலபமாக நிறை வேற்ற இது பெரிதும் உதவி செய்யும். செயின்ட் பீட்டர்ஸ்பர்க் வீரத் தொழிலாளர்கள் மற்றவர்கள் அனைவருக்கும் இப் பொழுது முன்னுதாரணமாகத் திகழ்கிறார்கள்' என்று குறிப்பிட்டார்.*

---

* வி.இ. லெனின்: ரஷ்யாவில் புரட்சியின் தொடக்கம்.

13

ஓரடி முன்னால், ஈரடி பின்னால்

மக்களை ஒன்றுதிரட்டுவது பற்றி லெனின் சிந்தித்துக்கொண்டிருக்கும்போதே, வேறு சில பிரச்னைகள் முளைத்தன.

ரஷ்ய சமூக ஜனநாயகத் தொழிலாளர் கட்சியின் இரண்டாவது மாநாடு முடிந்த பின்னர், அக்கட்சிக்குள் மீண்டும் உள்கட்சிப் போராட்டம் தீவிரமடைந்தது. மாநாடு எடுத்த முடிவை சீர்குலைக்க, மென்ஷெவிக்குகள் இயன்றதனைத்தையும் செய்தனர். கட்சி அமைப்பையும், வேலையையும் சீர்கேடு அடையச்செய்து, கட்சியின் மத்திய அமைப்புகளைக் கைப்பற்றுவதையே நோக்கமாகக் கொண்டு செயல்படலாயினர். இதில் பிளக்கானோவும் அவர்களுடன் சேர்ந்துகொண்டார்.

மாநாடு எடுத்த முடிவை மீறி, இஸ்க்ரா ஆசிரியர் குழுவில் முன்பிருந்தவர்களை மீண்டும் இணைத்துக்கொண்டார். மாநாட்டு முடிவைப் பின்பற்றும்படி லெனின் கேட்டுக்கொண்டதற்குப் பலன் எதுவுமில்லை. எனவே, லெனின்

அப்பத்திரிகையின் ஆசிரியர் குழுவிலிருந்து விலகி, கட்சியின் மத்தியக் குழுப் பணிகளைச் செய்வதிலும், சந்தர்ப்பவாதிகளைத் தத்துவரீதியாக அம்பலப்படுத்துவதிலும் இறங்கினார். இஸ்க்ரா அதனுடைய 52-வது இதழிலிருந்து மென்ஷெவிக்குகளுடைய பத்திரிகையாக மாறியது. லெனின் மற்றும் போல்ஷெவிக்குகளின் நிலைப்பாட்டை, இந்தப் பத்திரிகை காட்டமாக விமரிசிக்கத் தொடங்கியது.

லெனின், ஐந்து உறுப்பினர் கொண்ட கட்சியின் கவுன்சிலில் மென்ஷெவிக்குகளின் போக்குகளுக்கு எதிராகத் தொடர்ந்து போராடினார். ஒரு கட்டத்தில், அவரால் அந்தக் கவுன்சிலுக் குள்ளேயே செயல்பட முடியாத நிலை ஏற்பட்டது. இதன் விளைவாகக் கவுன்சிலில் மென்ஷெவிக்குகளுக்குப் பெரும் பான்மை கிடைத்தது.

லெனினுக்குக் கிட்டத்தட்ட கை உடைந்த நிலை. பத்திரிகை இனி இல்லை என்று ஆகிவிட்ட நிலையில் மக்களை ஒன்று படுத்துவதில் சிக்கல் ஏற்பட்டது. பிரசாரங்களை முன்னெடுத்துச் செல்ல முடியாத நிலை. எதிரணியில் இருந்த மென்ஷெவிக்குகள் லெனினின் கருத்துகளைச் சரமாரியாகத் தாக்கிக்கொண்டிருந் தனர். பத்திரிகை என்று ஒன்று இருந்தால் அதில் எழுதிவிடலாம். சொல்ல வந்த விஷயம் அனைவரையும் போய் சேர்ந்துவிடும். இப்போது என்ன செய்வது?

லெனின் சோர்ந்துவிடவில்லை. மூன்றாவது கட்சி மாநாட் டுக்குத் தயார் ஆகும்படி போல்ஷெவிக்குகளுக்கு அறைகூவல் விடுத்தார்.

கட்சித் தோழர்களுக்குத் தனது கருத்தைக் கூற பத்திரிகை இல்லாததால், அவர் தனித்தனியே கடிதம் எழுதித் தொடர்பு கொண்டார்.

இச்சமயத்தில் லெனின் ஒரு மிக முக்கியமான பணியினைச் செய்தார். பிளக்கானோவ் மற்றும் மார்டாவின் மேற்பார்வையின் கீழ் வெளிவந்த இஸ்க்ராவின் பல அபத்தமான கட்டுரைகளுக்கு அவர் சுடச்சுட பதிலளிக்க வேண்டியிருந்தது. உதாரணத்துக்கு ஒன்று. ஒரு கட்சி எப்படி இருக்கவேண்டும்? இஸ்க்ரா கூறுகிறது:

1. கட்சி என்பது ஒழுங்காக உருவாக்கப்பட்ட முழுமையான அமைப்பாக இருக்கக் கூடாது.

2. கட்சியின் முடிவுக்குக் கட்சி உறுப்பினர்கள் கட்டுப்பட்டு நடக்கவேண்டிய அவசியமில்லை.

3. சுயேச்சையான குழுக்களும் தனி நபர்களும், விரும்பினால் கட்சிக்குள் இருக்க அனுமதிக்கப்பட வேண்டும்.

இத்தகைய அபத்தக் களஞ்சியங்கள்தான் ஆராய்ச்சிக் கட்டுரைகள் எனும் பெயரில் அச்சிடப்பட்டன.

இஸ்க்ரா குழுவினரின் அடாவடி போக்கு முறியடிக்கப்படாவிட்டால், அது ரஷ்யாவின் புரட்சிகரத் தொழிலாளர் இயக்கத்துக்கும் அதன் அமைப்புக்கும் முழு நாசத்தை ஏற்படுத்திவிடும் என்பதைக் கண்ட லெனின், அந்தப் போக்குகளைத் தகர்த்தெறியும் விதத்தில் 'ஓரடி முன்னால், ஈரடி பின்னால்' என்ற அற்புதமானதொரு நூலை எழுதினார். அதில் புரட்சிகரக் கட்சி அமைப்பு எத்தகைய வழியில் உருவாக்கப்படவேண்டும், வளர்த்தெடுக்கப்பட வேண்டும் என்பதை மார்க்சீயப் பார்வையில் விளக்கினார்.

கட்சி என்றால் என்ன எனும் கேள்விக்கு லெனின் சரியான பதில் அளித்தார்.

'கட்சி என்பது தொழிலாளர் வர்க்கத்தின் ஒரு பகுதி. அதனுடைய முன்னணிப்படை (Vanguard), வர்க்க உணர்வு படைத்த மற்றும் அணிதிரட்டப்பட்ட படைப்பிரிவு. அதனுடைய அமைப்பின் மிக உயர்ந்த வடிவம், அதன் அரசியல் தலைவர். அதனுடைய வழிகாட்டுதல்கள் இல்லாமல் தொழிலாளர் வர்க்க சர்வாதிகாரத்தை நிலைநாட்ட முடியாது, சோஷலிச சமூகத்தைக் கட்ட முடியாது.'

'மார்க்சீயக் கட்சியானது தொழிலாளர் வர்க்கத்தின் ஒரு பகுதி; ஒரு பிரிவு. ஆனால் தொழிலாளர் வர்க்கம் அநேக பகுதிகளைப் பெற்றுள்ளது. ஆதலால் தொழிலாளர் வர்க்கத்தின் பகுதிகள் ஒவ்வொன்றையும் தொழிலாளர் வர்க்கத்தின் கட்சியாகக் கூற முடியாது. தொழிலாளர் வர்க்கத்தின் இதர பகுதிகளிலிருந்து கட்சி வேறுபட்டது. அதற்குப் பிரதான காரணம், கட்சி சாதாரணப் பகுதி அல்ல. இதற்கு மாறாக, தொழிலாளர் வர்க்கத்தின் முன்னணிப்படை; வர்க்க உணர்வு கொண்ட படைப்பகுதி.

சமூகத்தின் வாழ்க்கையைப் பற்றிய, சமூகத்தின் வளர்ச்சி விதிமுறைகளைப் பற்றிய அறிவையும், வர்க்கப் போராட்டத்தின் விதிமுறைகளைப் பற்றிய அறிவையும் இந்தப்

படைப்பகுதி ஆயுதமாகத் தரித்திருக்கிறது. இக்காரணத்தி னாலேயே, அதனால் தொழிலாளர் வர்க்கத்துக்குத் தலைமை தாங்கி நடத்துவதற்கு முடிகிறது. எனவே, பகுதியை முழுமை யோடு போட்டு மனத்தை குழப்பிக்கொள்ளக் கூடாது.

'நாம் ஒரு வர்க்கத்தின் கட்சி; ஆகையால் நம் கட்சியின் தலைமைப் பதவியின் கீழ் நின்று அநேகமாக வர்க்கம் முழுவதுமே செயலாற்ற வேண்டும்; எவ்வளவு தூரம் முடியுமோ, அவ்வளவு தூரம் நம் கட்சியுடன் நெருங்கி ஒட்டி நிற்க வேண்டும்.

'கட்சி, அமைப்பு ரீதியாக உருவாக்கப்பட்ட சாதாரண படைப் பகுதி மட்டுமல்ல; தொழிலாளர் வர்க்கத்தின் அமைப்பு வடிவங் களிலெல்லாம் தலைசிறந்த உயர்ந்த அமைப்பு வடிவமுமாகும். தொழிலாளர் வர்க்கத்தின் மற்ற அமைப்புகளையெல்லாம் வழிகாட்டி நடத்திச் செல்ல வேண்டியது இதனுடைய சரித்திரப் பூர்வமான பொறுப்பு. வர்க்கத்திலுள்ள மிகவும் அபூர்வமான நபர்களைக் கொண்ட அமைப்பு வடிவம்; மிகவும் முன்னேற்றகர மான தத்துவத்தையும் வர்க்கப் போராட்டத்தின் விதிமுறை களைப் பற்றிய விஷய ஞானத்தையும் புரட்சி இயக்கத்தின் அனுபவத்தையும் இது ஆயுதமாகத் தரித்திருக்கிறது. இதனால், தொழிலாளர் வர்க்கத்தின் மற்ற எல்லா அமைப்புகளுக்கும் வழிகாட்டி நடத்திச் செல்ல, கட்சி கடமைப்பட்டிருக்கிறது.'

கட்சி உறுப்பினர்கள் என்பவர்கள், கட்சிக்கும், அதன் முடிவுக் கும் கட்டுப்பட்டவர்கள் என்பதை லெனின் பின்வருமாறு விளக்குகிறார்:

'கட்சி முன்னணிப்படை மட்டுமல்ல; தொழிலாளர் வர்க்கத்தின் அமைப்பு ரீதியாக உருவாக்கப்பட்ட படைப் பகுதியுமாகும். அதற்குச் சொந்தக் கட்டுப்பாடுகள் உண்டு. அது, அனைவரையும் கட்டுப்படுத்தும். ஆகையால் கட்சி உறுப்பினர்கள், கட்சி அமைப்புகள் ஏதாவது ஒன்றில் உறுப்பினர்களாக அவசியம் இருந்தாக வேண்டும்.'

லெனின் மற்றொரு முக்கிய அம்சத்தையும் வலியுறுத்திக் கூறினார்:

'அதிகாரத்தை அடைவதற்காக நடத்தப்படும் போராட்டத்தில், ஸ்தாபனத்தைத் (அமைப்பை) தவிர தொழிலாளர் வர்க்கத்திடம்

வேறு ஆயுதம் எதுவும் இல்லை. மார்க்சீயக் கோட்பாடுகளினால் ஏற்படும் தத்துவார்த்த ஒற்றுமையை, பல லட்சம் தொழிலாளிகளை தொழிலாளர் வர்க்கத்தின் ஒரே படையாக வார்த்து எடுக்கும் அமைப்பின் ஒற்றுமையோடு சேர்த்து, பலப்படுத்த வேண்டும். அப்போதுதான் தொழிலாளர் வர்க்கம் தவிர்க்க இயலாதபடி அசைக்க முடியாத சக்தியாக மாறும்.'*

லெனின் வெளியிட்ட இந்தப் பிரசுரம் தொழிலாளர் வர்க்கத்துக்கு மிகப் பெரும் வழிகாட்டலாக இருந்தது. போல்ஷெவிக்குகளுக்குப் பெரும் உற்சாகத்தை ஊட்டியது. ரஷ்யாவில் இது பரவலாக விநியோகிக்கப்பட்டது.

எதிர்பார்த்ததைப் போலவே மென்ஷெவிக்குகள் இதைக் கண்டு ஆத்திரமடைந்தனர். இந்தப் பிரசுரத்துக்கும் தமக்கும் சம்பந்தம் இல்லையென மத்தியக் குழு அறிவிக்க வேண்டுமென பிளக்கானோவ் கோரினார். இப்பிரசுரம் அச்சிடப்பட்டு விநியோகிக்கப்படுவதைத் தடுக்கவும்கூட அவர்கள் முயற்சி செய்தனர். முயற்சி பலிக்கவில்லை. லெனின் அளித்த விளக்கப் பிரசுரத்தைத் தோழர்கள் கண்ணும் கருத்துமாகப் பாதுகாத்து அனைவருக்கும் விநியோகித்தனர். ஒருவர் படித்தபின் அதை மற்றொருவருக்கு வழங்கினர்.

மென்ஷெவிக்குகள் முன்வைத்த வாதங்களுக்கு எதிர்வாதமாக மட்டுமே லெனினின் அறிக்கை இருந்துவிடவில்லை. மாறாக, ஒரு கம்யூனிஸ்ட் கட்சி எப்படி அமைக்கப்படவேண்டும், எப்படி இயங்கவேண்டும், கட்சியின் தலைமை எப்படி வழிகாட்ட வேண்டும், தொண்டர்கள் எவ்வாறு நடந்துகொள்ளவேண்டும் என்பதை மிகத் தெளிவாக எடுத்துச் சொல்லும் ஆவணமாகவும் விளங்கியது. உலகம் முழுவதுமுள்ள கம்யூனிஸ்ட்டுகள் தங்கள் நாடுகளில் கட்சியை உருவாக்க முயற்சி செய்தபோது, அவர்கள் அனைவருக்கும் வழிகாண்பிக்கும் நூலாக இது விளங்கியது. இன்றளவும் விளங்கி வருகிறது.

இதன்பின் லெனின் தலைமையில் போல்ஷெவிக்குகளின் கூட்டமொன்று 1904-ம் ஆண்டு டிசம்பர் மாதத்தில் ஜெனீவாவில் கூட்டப்பட்டது. இதில், லெனினுடைய ஆலோசனைப்படி 'முன்னேறு' (Forward) என்ற பெயரில் பத்திரிகை ஒன்றைத்

* சோவியத் கம்யூனிஸ்ட் போல்ஷெவிக் கட்சியின் வரலாறு.

தொடங்க முடிவு செய்யப்பட்டது. அதன்படி, அந்த ஏட்டின் முதல் இதழ் 1905-ம் ஆண்டு ஜனவரி 4-ம் தேதியன்று ஜெனீவா வில் வெளியானது. அதில் லெனினுடைய பல கட்டுரைகள் வெளியாகின. பலத்த வரவேற்பைப் பெற்றன.

ஜார் அரசாங்கத்தின் பிடி தளர்ந்துகொண்டிருந்தது. அடக்கு முறையால் மட்டும் நிலைமையைச் சமாளிக்க முடியாது என்பதைக் கண்ட ஜார் அரசாங்கம், மக்களிடையே மத மோதல் களைத் தூண்டிவிட்டது.

மறுபுறம் ஸ்டேட் டூமா (State Duma) என்ற பிரதிநிதித்துவமுள்ள சட்டசபையைக் கூட்டுவதற்கு ஒரு திட்டத்தைத் தயாரிக்கும்படி புலிஜின் என்ற அமைச்சருக்கு ஜார் மன்னர் உத்தரவிட்டார். இதுதான் 'புலிஜின் டூமா' என்றழைக்கப்பட்டது. புரட்சி சக்திகளைப் பிளவுபடுத்துவதும், மக்களில் மிதவாதப் பகுதி யினரைத் தனியே இழுத்துச் செல்வதும்தான் இதன் நோக்கம். இந்த டூமாவுக்கு சட்டம் இயற்றும் அதிகாரம் எதுவும் கிடையாது.

இந்த மோசடியான டூமாவைப் புறக்கணிக்க வேண்டுமென்று போல்ஷெவிக்குகள் கூறினர். ஆனால் மென்ஷெவிக்குகளோ இதில் பங்கெடுப்பது அவசியம் என்றனர்.

14

முதல் ஆயுத எழுச்சி

'ரத்த ஞாயிறு' சம்பவத்துக்குப் பின் ரஷ்யாவில் தொழிலாளர்கள் போராட்டம் அரசியல் தன்மையைப் பெற ஆரம்பித்தது.

வேலை நிறுத்தம் மூலமே இதுவரை தமது எதிர்ப்புகளைக் காட்டி வந்த தொழிலாளர்கள், முதன்முறையாக அரசியல் கோரிக்கைகளை எழுப்பினர்.

எதிர்ப்பைப் பதிவு செய்வதற்காக வேலை நிறுத்தம் என்ற நிலை மாறி அரசியல் கோரிக்கை களை முன்னெடுத்துச் செல்வதற்காக வேலை நிறுத்தம் என்று நாலு கால் பாய்ச்சலில் முன்னேறினர். பாதி உறக்கத்தில் எழுப்பினால் கூட 'மன்னர் வாழ்க!' என்று தன்னிச்சையாக உளறும் பயந்தாங்கொள்ளிகள்கூட, தைரியத் துடன் 'ஜார் மன்னன் ஒழிக!' என்று கோஷ மிட்டனர்.

இது ஆயுதங்கள் கொடுத்த தைரியம் என்று சொல்வதைவிட, லெனின் பரப்பிய கம்யூனிச

சித்தாந்தம் அளித்த தைரியம் என்று சொல்வது பொருத்தமாக இருக்கும்.

சிறு பொறியாகத் தோன்றிய புரட்சித் தீ, காட்டுத்தீயாகப் பற்றிப் படர்ந்தது.

1905-ம் ஆண்டு மே மாதத்தில் ரஷ்யாவில் நடைபெற்ற போராட்டங்களில் மட்டும் 2 லட்சம் தொழிலாளர்களுக்கும் அதிகமாகப் பங்கேற்றனர்.

ஓடெஸ்ஸா, ரீகா போன்ற நகரங்களில் ஜார் ராணுவத்தினருடன் நேரடி மோதல்களும் நடைபெற்றன.

வார்ஸாவில் நடைபெற்ற துப்பாக்கிச் சூட்டில் நூற்றுக்கணக்கான தொழிலாளர்கள் கொல்லப்பட்டனர்.

லாட்ஜ் என்ற நகரில் ஜார் படைகளை எதிர்த்து தொழிலாளர்கள் வீதிகளில் இறங்கிப் போராடினர்.

வாஸினெஸ்க் என்ற இடத்தில் 70 ஆயிரம் தொழிலாளர்கள் பங்கேற்ற வேலை நிறுத்தம், மே மாதம் தொடங்கி ஆகஸ்ட் மாதம் வரை நீடித்தது.

இந்தப் போராட்டங்களுக்குத் தலைமை தாங்கியவர்கள் போல்ஷெவிக்குகள்.

நகரங்களைத் தொடர்ந்து கிராமங்களிலும் கொந்தளிப்பு ஏற்பட்டது. விவசாயிகள் பெரும் எண்ணிக்கையில் நிலப்பிரபுக்கள் பண்ணைகளில் புகுந்து அங்கிருந்தவற்றை அழித்தனர். பல இடங்களில் தாங்களாகவே நிலங்களைக் கைப்பற்றிக் கொண்டனர். நிலப்பிரபுக்களின் களஞ்சியங்களைக் கைப்பற்றினர். பசித்தவர்களிடையே தானியங்களைப் பங்கிட்டனர். பல கிராமங்களில் நிலப்பிரபுக்கள் பாதுகாப்பைத் தேடி நகரங்களுக்கு ஓடினர். இவற்றை அறிந்த ஜார் அரசாங்கம், ராணுவத்தை அந்த இடங்களுக்கு அனுப்பி அட்டூழியம் புரியச் செய்தது. விவசாயிகளின் தலைவர்கள், மரத்தில் கட்டி வைக்கப்பட்டு சவுக்கால் அடிக்கப்பட்டனர், சுட்டுக் கொல்லப்பட்டனர். ஆனால், விவசாயிகள் பணியவில்லை. வால்கா, ஜார்ஜியா போன்ற பல பகுதிகளுக்கும் போராட்டம் பரவ ஆரம்பித்தது. பல இடங்களில் விவசாயக் கூலிகளின் வேலை நிறுத்தங்கள் நடைபெற்றன.

ஒரு பக்கம் தொழிலாளர்களின் கிளர்ச்சி. மறுபக்கம் ஜப்பானிடம் ஏற்பட்ட தோல்வி. ரஷ்யா கொந்தளிக்கத் தொடங்கியது.

அதே ஆண்டு ஜூன் மாதத்தில் கருங்கடல் கப்பற் படையைச் சேர்ந்த போட்டெம்கின் என்ற யுத்தக் கப்பலில் ஒரு கலகம் ஏற்பட்டது. அச்சமயம் அது ஓடெஸ்ஸா நகருக்கு அருகில் நிறுத்திவைக்கப்பட்டிருந்தது. அந்நகரில் தொழிலாளரின் பொது வேலை நிறுத்தம் நடந்துகொண்டிருந்தது. கப்பலின் மாலுமிகள், எழுச்சி கொண்டு, தங்களை இம்சைப்படுத்திய அதிகாரிகளைச் சுட்டுத் தள்ளினர்.

இந்தக் கப்பலின் மாலுமிகளை அடக்க ஜார் மன்னன், அநேக யுத்தக் கப்பல்களை அனுப்பினான். ஆனால் அந்தக் கப்பல்களின் மாலுமிகள், தங்கள் சக தோழர்களைச் சுட மறுத்தனர். போட்டெம்கின் கப்பல் உச்சியில் பல நாள்களுக்கு செங்கொடி பறந்தது. போதிய அனுபவம் இன்மையாலும், மாலுமிகளில் ஒரு பகுதியினர் ஊசலாடியதாலும் அந்தக் கலகம் இறுதியில் தோல்வியில் முடிந்தது. பல மாலுமிகள் தூக்கில் போடப் பட்டனர். பலர் நாடு கடத்தப்பட்டனர். பலருக்குக் கடுங்காவல் தண்டனை விதிக்கப்பட்டது.

இதனிடையே சமூக ஜனநாயகத் தொழிலாளர் கட்சியின் மூன்றா வது மாநாட்டுக்கான தயாரிப்புகள் நடைபெற்றுக் கொண்டிருந் தன. அதன்படி ஏப்ரல் 25-ம் தேதியன்று இந்த மாநாடு லண்டனில் நடைபெற்றது. மென்ஷெவிக்குகள் இதில் பங்கேற்க மறுத்து ஜெனீவாவில் தனியாக மாநாடு நடத்திக் கொண்டனர். லண்டன் மாநாட்டில் 21 போல்ஷெவிக் குழுக்கள் சார்பில் பிரதிநிதிகள் பங்கேற்றனர். லெனினுடைய நேரடி வழிகாட்டலின் கீழ் நடைபெற்ற இந்த மாநாடு, அடுத்து வரவிருக்கும் முதலாளித் துவ ஜனநாயகப் புரட்சியில் போல்ஷெவிக்குகள் கடைப்பிடிக்க வேண்டிய நீண்டகால மற்றும் உடனடி உத்திகளை உருவாக்கி யது. புதிய கட்சி மையத்தையும், லெனின் தலைமையில் மத்தியக் குழுவையும் தேர்ந்தெடுத்தது. லெனினை, அயல்நாடு களில் தனது பிரதிநிதியாக நியமித்ததோடு, இஸ்க்ராவுக்குப் பதிலாக அது உருவாக்கிய 'பாட்டாளி' (Proletary) ஏட்டின் பொறுப்பாசிரியராகவும் நியமித்தது.

மாநாடு முடிவுற்ற பின், லெனினும் இதரப் பிரதிநிதிகளும், ஹைகேட் கல்லறையில் உள்ள கார்ல் மார்க்ஸ் நினைவிடத் துக்குச் சென்று அவருக்கு அஞ்சலி செய்தனர்.

அதே 1905-ம் ஆண்டு கடைசிப் பகுதிக்குள் போராட்ட வேகமும் புரட்சி இயக்கமும் நாடு முழுவதிலும் பரவிவிட்டது.

செப்டம்பர் 19-ம் தேதியன்று மாஸ்கோவில் தொடங்கிய அச்சுத் தொழிலாளர் வேலை நிறுத்தம், செயின்ட் பீட்டர்ஸ்பர்க் மற்றும் பல நகரங்களுக்குப் பரவியது. இதர தொழிலாளர்களும் ஆதரிக்கும் நிலையில் அது ஒரு அரசியல் பொது வேலைநிறுத்தமாக வளரத் தொடங்கியது.

அக்டோபர் மாதத்தில் மாஸ்கோ-காஸான் ரயில்வேயில், வேலை நிறுத்தம் தொடங்கியது. அதைத் தொடர்ந்து இதர பகுதி ரயில்வே தொழிலாளர்களும் அதில் சேர்ந்துகொண்டனர். பின்னர், தபால் தந்தித் தொழிலாளர்கள் வேலை நிறுத்தத்தில் சேர்ந்தனர். அதன்பின் வேலை நிறுத்தம் காட்டுத்தீ போலப் பரவ ஆரம்பித்தது.

இதுதான் அக்டோபர் அரசியல் வேலை நிறுத்தம் என்றழைக்கப் பட்டது. இது நாடு முழுவதையும் பாதித்தது. ரயில்வே, தபால் தந்தி தவிர 10 லட்சம் ஆலைத் தொழிலாளர்களும் இதில் பங்கேற்றனர்.

ஜார் அரசாங்கம் நிலைகுலைந்து நின்றது. பீதியடைந்த ஜார் மன்னன், அக்டோபர் 11-ம் தேதியன்று ஒரு அறிக்கையினை வெளியிட்டான். தனிநபர் உரிமை, மனசாட்சி உரிமை, பேச்சுரிமை, எழுத்துரிமை, கூட்டங்கூடும் உரிமை போன்றவற்றைத் தருவதாகக் கூறினான். சட்டம் இயற்றும் அதிகாரம் உள்ள சட்ட சபையை - டூமாவைக் - கூட்டுவதாகவும், அனைத்து வர்க்கங்களுக்கும் வாக்குரிமை தருவதாகவும் கூறினான்.

ஆனால், ஜாரின் அறிவிப்பு வெறும் மோசடி என்பது தெளிவாகத் தெரிந்தது. யூதர்களுக்கெதிராக தனது நபர்களைக் கொண்டு கலவரத்தைத் தூண்டி, ஆயிரக்கணக்கான மக்கள் ஒருவரையொருவர் வெட்டிச் சாய்க்கும் நிலையை ஏற்படுத்தினான். பிற்போக்குக் கும்பல்களைச் சேர்ந்த 'கறுப்பு நூற்றுவர்' என்ற கிரிமினல் கும்பல்களைக் கொண்டு, வர்க்க உணர்வு கொண்ட தொழிலாளர்கள் புரட்சிகர அறிவுஜீவிகள் மற்றும் மாணவர்களை, காவல்துறை உதவி கொண்டு தாக்கச் செய்தான். கொலை செய்யச் செய்தான். கூட்டங்கள் நடக்கும் இடங்களுக்கு இந்தக் 'கருப்பு நூற்றுவர்' தீ வைத்தனர். கூட்டத்தினர் மீது துப்பாக்கியால் சுட்டனர்.

ஜார் மன்னனின் அறிக்கையானது ஒரு சதிகார வேலை என்பதை போல்ஷெவிக்குகள் மக்களுக்கு விளக்கிக் கூறினர். அவன் தந்த வாக்குறுதிக்குப் பின் நடைபெற்ற தாக்குதல் சம்பவங்களைச் சுட்டிக்காட்டி, மக்கள் ஆயுத பாணிகளாக வேண்டும், ஆயுத மேந்த வேண்டும் என அறைகூவல் விடுத்தனர்.

இச்சமயத்தில்தான் ஒரு புரட்சிகர வர்க்க ஆயுதத்தை, தொழி லாளர் வர்க்கம் வார்த்தெடுத்தது. அதன் பெயர் 'சோவியத்.'

சோவியத் என்றால் நகரிலுள்ள அனைத்து மில்கள் மற்றும் ஆலைகளிலிருந்து தொழிலாளர்களால் தேர்ந்தெடுக்கப்பட்டு வரும் பிரதிநிதிகள் சபை என்று பொருள். இது தொழிலாளர் வர்க்கத்தின் ஒருவித வெகுஜன அரசியல் அமைப்பாகும். இந்த சோவியத்துகள் புரட்சிகர அரசியல் அதிகாரத்தின் கரு என்று போல்ஷெவிக்குகள் கூறினர். ஆனால் மென்ஷெவிக்குகள் அவ்வாறு கருதவில்லை.

அக்டோபர் 13-ம் தேதியன்று செயின்ட் பீட்டர்ஸ்பர்க் நகரின் மில்களிலும் ஆலைகளிலும் தொழிலாளர் பிரதிநிதிகளின் சோவியத்துகளுக்குத் தேர்தல்கள் நடைபெற்றன. அன்றிரவே சோவியத்தின் முதல் கூட்டம் நடந்தது. பின்னர் மாஸ்கோவில் மற்றொரு கூட்டம் கூட்டப்பட்டது. அக்டோபரிலிருந்து டிசம் பருக்குள் ரஷ்யாவின் அனைத்து நகரங்களிலும் சோவியத்துகள் அமைக்கப்பட்டன. பின்னர் ராணுவ வீரர்கள், மாலுமிகளுக்கு சோவியத்துகள் அமைக்க முயற்சி செய்யப்பட்டது. சில இடங்களில் தொழிலாளர்-விவசாயிகளுடைய பிரதிநிதிகள் அடங்கிய சோவியத் உருவாக்கப்பட்டது.

அக்டோபர், நவம்பர் மாதங்களில் நிலப் பிரபுக்களை எதிர்த்துக் கிராமப்புறங்களில் விவசாயிகள் கலகங்களில் இறங்கினர்.

அதிருப்தியடைந்த கப்பல்படை வீரர்கள், நவம்பர் மாதத்தில் குரோன்ஸ்டாட் மற்றும் செவஸ்டாபோலில் கலகத்தில் இறங்கி னர். ஜார் அரசாங்கம் இவற்றை அடக்கியது. ராணுவத்திலும் அதிகாரிகளின் மோசமான நடத்தை, மோசமான உணவினால் கலகங்கள் வெடித்தன.

ஜார் மன்னன் மற்றும் நிலப்பிரபுக்களுக்கு எதிராக மக்கள் ஆயுதங்களைக் கையிலேந்த வேண்டும் என போல்ஷெவிக்குகள் அறைகூவல் விடுத்தனர். ராணுவம் மற்றும் கடற்படைப்

பிரிவுகளில், போல்ஷெவிக் கட்சியின் ராணுவக் குழுக்கள் உருவாக்கப்பட்டன. தொழிலாளர் குழுக்களுக்கு ஆயுதங்களைக் கையாளும் முறை கற்றுத் தரப்பட்டது.

நவம்பர் மாதத்தில் லெனின் ரஷ்யாவுக்குத் திரும்பி வந்து எழுச்சிக்கு வழி காண்பித்தார்.

டிசம்பர் மாதத்தில் மக்கள் ஆயுதமேந்தி எழுச்சியைத் தொடங்கி னர். ஜார் அரசாங்கம் உடனே பல மாகாணங்களில் ராணுவச் சட்டத்தை அமலுக்குக் கொண்டுவந்து புரட்சி இயக்கத் தலைவர் களைக் கைது செய்யும்படியும், சோவியத்துகளைக் கலைக்கும் படியும் உத்தரவிட்டது.

டிசம்பர் 7-ம் தேதியன்று மாஸ்கோவில் அரசியல் பொது வேலை நிறுத்தம் தொடங்கியது. ஆனால் அதனை நாட்டின் இதர பகுதி களுக்கு விரிவுபடுத்த இயலவில்லை. பீட்டர்ஸ்பர்க்கிலும் இதற்குப் போதிய ஆதரவு கிடைக்கவில்லை. எனவே ராணுவம் மாஸ்கோவுக்குக் கொண்டு வரப்பட்டது.

டிசம்பர் 9-ம் தேதியன்று மாஸ்கோ வீதிகளில் தடுப்பு அரண்கள் போடப்பட்டன. ஜார் அரசாங்கம் பீரங்கிப் படையைக் கொண்டு வந்து தாக்குதல் தொடுத்தது. இந்த மோதல் ஒன்பது நாள்கள் நீடித்தது. இறுதியில் இந்த முதல் எழுச்சி ரத்த வெள்ளத்தில் மூழ்கடிக்கப்பட்டது. இதே நிலைமைதான் வேறு பல பகுதி களிலும் நடைபெற்றது. ஏராளமானோர் தூக்கில் போடப் பட்டனர். புரட்சிப் பேரலை பின்னுக்குத் தள்ளப்பட்டது.

ஆனால் தொழிலாள வர்க்கம் சோர்ந்து விடவில்லை. 1906-ம் ஆண்டில் மீண்டும் போராட்ட அலைகள் வெடித்தன. லட்சக் கணக்கான தொழிலாளர்கள் வேலை நிறுத்தங்களில் பங் கேற்றனர்.

1907-ம் ஆண்டு ஜூன் மாதம் 3-ம் தேதியன்று ஜார் மன்னன், இரண்டாவது சட்டசபையைக் கலைத்தான். மூன்றாவது சட்ட சபையைக் கூட்டுவதற்காக அவன் ஒரு புதிய சட்டத்தை வெளி யிட்டான். நிலப்பிரபுக்கள், முதலாளிகள் மற்றும் வர்த்தகர் களுக்கு அதிக இடம் இருக்கும் வகையில் இது அமைக்கப் பட்டது. தொழிலாளர், விவசாயிகளுடைய பிரதிநிதிகள் எண்ணிக்கை குறைக்கப்பட்டது.

இடைப்பட்ட காலத்தில் (1906-1912) ரஷ்ய நாடு, புரட்சிக் காரர்களையும் போராட்டக்காரர்களையும் சித்ரவதை செய்யும் பெரும் கூடமாக விளங்கியது. ஜாருடைய அமைச்சர் ஸ்டோலிபின் என்பவன் நாடெங்கும் தூக்குமேடைகளை அமைத்து பல்லாயிரக்கணக்கான புரட்சியாளர்களைத் தூக்கி லிட்டான். சிறைகளில் அவர்கள் கடும் சித்ரவதைக்கு ஆளாயி னர். அடக்குமுறை கட்டவிழ்த்து விடப்பட்டு நாடே கொலைக் களமாக மாறியது. கிராமப்புறங்களில் ஒருபுறம் விவசாயி களுக்கும் மறுபுறம் நிலப்பிரபுக்கள் மற்றும் குலாக்குகளுக்கும் எதிராகப் பெரும் குமுறல் எழலாயிற்று.

'ஸ்டோலிபின் பிற்போக்குக் காலகட்டம்' என்றழைக்கப்பட்ட இந்த ஆண்டுகளில், தொழிலாளர்களும் விவசாயிகளும் இதர உழைக்கும் மக்களும் பட்டபாட்டை விவரிக்க வார்த்தைகள் கிடையாது.

15

தொழிலாளர் வர்க்கத்தின் புத்தெழுச்சி

ஸ்டோலிபின்னுடைய அடக்குமுறையையும் மீறி ரஷ்யத் தொழிலாளர் வர்க்கம் தன் வலிமையை வெளிப்படுத்தத் தொடங்கியது. 1911-ம் ஆண்டில் மட்டும் 1 லட்சம் பேருக்கு மேல் வேலை நிறுத்தத்தில் பங்கேற்றனர்.

1912-ம் ஆண்டு ஏப்ரல், மே மாதங்களில் சைபீரி யாவின் லீனா தங்க வயலில் கொடூரமான துப்பாக்கிச் சூடு நடத்தப்பட்டது. ஏப்ரல் 4-ம் தேதியன்று அரசாங்க அதிகாரி ஒருவன் இட்ட உத்தரவுப்படி, அங்கே வேலை செய்யும் தொழிலாளர்கள் மீது துப்பாக்கிச் சூடு நடத்தப் பட்டது. 500 பேர் படுகாயமடைந்தனர். பலர் மாண்டனர்.

இந்தத் தங்க வயல்கள் இங்கிலாந்து முதலாளி களுக்குச் சொந்தமானவை. அவை ஒவ்வோர் ஆண்டும் 70 லட்சம் ரூபிள் கொள்ளை லாபம் பெற்றன. இதில் ரஷ்ய முதலாளிகளுக்கும் பங்கு உண்டு. ஆனால், தொழிலாளருக்கோ நாற்ற மடிக்கும் உணவு, ஒடுக்குமுறை, அவமதிப்பு.

எனவேதான் ஆறாயிரம் தொழிலாளர்கள் அங்கே வேலை நிறுத்தத்தில் இறங்கினர்.

லீனா படுகொலையைக் கண்டித்து மாஸ்கோ, பீட்டர்ஸ்பர்க் போன்ற நகரங்களின் தொழிலாளர்கள் வேலை நிறுத்தங்கள் செய்தனர். ஆர்ப்பாட்டங்களில் இறங்கினர்.

அவ்வாண்டு மே தின வேலை நிறுத்தங்களில் நான்கு லட்சம் தொழிலாளர்களுக்கு மேல் பங்கேற்றனர். 'ஜனநாயகக் குடியரசு வேண்டும்', '8 மணி நேர வேலை நாள் வேண்டும்', 'நிலம் படைத்த பண்ணைகளைப் பறிமுதல் செய்' போன்ற முழக்கங்கள் எங்கும் ஒலித்தன. இந்தப் போல்ஷெவிக் முழக்கங்களின் அடிப் படையில் வேலை நிறுத்தங்கள் நடைபெற்றன.

இவற்றைக் குறித்து 'புரட்சிகரப் புத்தெழுச்சி' என்ற தலைப்பில் லெனின் ஒரு கட்டுரை எழுதினார். அதில் 'ரஷ்யா எங்கும் மே தினத்தன்று தொழிலாளர் வர்க்கம் நடத்திய வேலை நிறுத்தங் கள், தெரு ஆர்ப்பாட்டங்கள், தொழிலாளர் கூட்டங்களில் வாசிக்கப்பட்ட புரட்சி உரைகள் போன்றவற்றைப் பார்க்கும் போது மீண்டும் ஒரு புதிய புரட்சி அலை ரஷ்யாவில் வீசிக் கொண்டிருப்பதைத் தெளிவாகக் காண முடிகிறது.'

லெனின் சரியாகவே யூகித்தார்.

தொழிலாளர்களின் வர்க்க, அரசியல் உணர்வு பெருக ஆரம் பித்தது. இந்த இயக்கம் 1913-ம் ஆண்டில் மேற்குப் பிரதேசத் துக்கும், போலந்துக்கும், காகஸஸ் பகுதிக்கும் பரவியது. 1912-ம் ஆண்டில் சுமார் ஏழரை லட்சம் பேர் பங்கெடுத்த வேலை நிறுத்தம், 1914-ம் ஆண்டின் முதல் ஆறு மாதத்தில் மட்டும் பதினைந்து லட்சம் பேர் பங்கேற்ற வேலை நிறுத்தமாக மாறியது.

எதேச்சதிகாரத்தை எதிர்த்து, தொழிலாளர்கள் பலம் வாய்ந்த இயக்கங்களை நடத்தினார்கள்.

1912-ம் ஆண்டு மே மாதத்தில் போல்ஷெவிக் கட்சியின் ஏடாக 'பிராவ்தா' வெளிவரத் தொடங்கியது. அது பலமுறை ஜார் அரசாங்கத்தினால் பறிமுதல் செய்யப்பட்டது. பலமுறை அப ராதம் விதிக்கப்பட்டது. ஆனால், தொழிலாளர்கள் அள்ளித் தந்த நிதி உதவி அதனைத் தூக்கி நிறுத்தியது. இரண்டரை ஆண்டு

களில் எட்டு முறை, ஜார் அரசாங்கம் 'பிராவ்தா'வை ஒடுக்கியது. அந்த எட்டு முறையும் அது வெவ்வேறு பெயர்களில் வெளி வந்தது.

பிராவ்தா மக்களுக்கான பத்திரிகையாக, ஒட்டுமொத்த மக்களின் குரலாக மலர்ந்தது. ஓர் ஆண்டில் மட்டும் தொழிலாளர்களிட மிருந்து வந்த 11 ஆயிரம் கடிதங்களை அது பிரசுரித்தது. சுருக்க மாகக் கூறுவதென்றால் பின்னாள்களில் நவம்பர் புரட்சியைத் தலைமை தாங்கி நடத்திய ஒரு தலைமுறையையே அது வார்த்தெடுத்தது.

1912-ம் ஆண்டு இலையுதிர்காலத்தில் 4-வது சட்டசபைக்குத் தேர்தல் நடைபெற்ற பொழுது, தொழிலாளர் தொகுதியிலிருந்து ஆறு போல்ஷெவிக்குகள் தேர்ந்தெடுக்கப்பட்டனர்.

இந்தச் சட்டசபையில் போல்ஷெவிக்குகள் புரட்சிகர உரைகளை நிகழ்த்தினர். எதேச்சதிகார அமைப்புகளை அம்பலப்படுத்தினர். விவசாயிகள் பிரச்னை பற்றிப் பேசினர். எட்டு மணி நேர வேலை நாளுக்காக ஒரு மசோதாவை முன்மொழிந்தனர். செயின்ட் பீட்டர்ஸ்பர்க்கில் ஸ்டாலின் இருந்தபோது, அவரே இந்தக் குழுவுக்கு வழி காண்பித்தார். லெனின் அவ்வப்பொழுது கட்டளைகளைப் பிறப்பித்து வழி காண்பித்தார். சட்டசபையில் பங்கேற்பதோடு இந்தப் பிரதிநிதிகள் மில்களுக்கும், தொழிற் சாலைகளுக்கும் சென்று தொழிலாளர்களைச் சந்தித்து உரை யாடினர்.

1914-ம் ஆண்டில் தொழிலாளர் வர்க்க இயக்கம் பெரும் வளர்ச்சியை நோக்கிச் செல்கையில், பல ஒடுக்குமுறைகளைச் சந்தித்து ரத்தம் சிந்தி வளர்ந்து வருகையில், முதல் உலக யுத்தம் வெடித்தது. ரஷ்யா மீது, ஜெர்மனி யுத்தப் பிரகடனம் செய்தது. ஜார் அரசாங்கம், போல்ஷெவிக் அமைப்புகளை அடக்குவதற் கும் தொழிலாளர் வர்க்க இயக்கத்தை ஒடுக்குவதற்கும் இதைப் பயன்படுத்தி புரட்சியிலிருந்து தப்ப முயற்சித்தது. ஆனால் அது பலிக்கவில்லை!

16

முதல் உலக யுத்தம்

மனித குல வரலாற்றில் முதன்முறையாக மாபெரும் அளவில் உயிர்ச் சேதத்தையும், பொருள் சேதத்தையும் ஏற்படுத்திய முதல் உலக யுத்தம் 1914-ம் ஆண்டில் வெடித்தது.

மனித நாகரிக வளர்ச்சியை, கேள்விக்கு உள்ளாக்கிய இந்த யுத்தத்தின் தொடக்கப் புள்ளி - நாடுகளைக் கைப்பற்றும் பேராசை.

தொழில் உற்பத்திப் பொருள்களுக்கான புதிய சந்தைகளைத் தேடவும், அடிமை நாடுகளைக் கைப்பற்றவும், அன்னியப் பிரதேசங்களைக் கொள்ளையடிக்கவும் ஏகாதிபத்திய நாடுகளின் ஆக்கிரமிப்புத் திட்டத்தின் வெளிப்பாடே இந்த மனித விரோதப் போர்.

ஏகாதிபத்தியத்தின் கோர முகம் முதன் முறையாக முழுமையாக வெளிவந்தது இந்த யுத்தத்தில்தான்.

இதில் பங்கேற்ற ஒவ்வோர் ஏகாதிபத்திய நாடும் ஒரு நோக்கத்தைக் கொண்டிருந்தது. ஜெர்மனி

யின் நோக்கம் பிரிட்டன், பிரான்ஸ் ஆகியவற்றின் காலனி (அடிமை) நாடுகளைக் கைப்பற்றிக் கொள்வது. ரஷ்யாவிட மிருந்து உக்ரைன், போலந்து மற்றும் பால்டிக் பிரதேசங்களைக் கைப்பற்றுவது.

நாடு பிடிக்கும் ஆசை ஜார் அரசாங்கத்துக்கும் இருந்தது. துருக்கியைப் பங்கு போட்டுக் கொள்ளவும், கான்ஸ்டாண்டி நோபிளைக் (இன்றைய இஸ்தான்புல்) கைப்பற்றிக் கொள்ள வும், கருங்கடலையும் மத்தியத் தரைக்கடலையும் இணைக்கும் டார்டலென்ஸ் நீரிணைப்பைப் பிடித்துக் கொள்ளவும், அத்துடன் ஆஸ்திரியா-ஹங்கேரியின் பகுதியான கலிஸியாவைப் பிடித்துக் கொள்ளவும் ரஷ்யா விரும்பியது.

பிரிட்டன் அரசாங்கமோ, சர்வதேசச் சந்தையில் தனக்குப் போட்டியாக வந்து வியாபாரத் துறையில் பொருள்களைக் குவிக்கும் ஜெர்மனியை ஒழித்துக்கட்ட வேண்டும் என்று துடித்தது. அத்துடன் துருக்கியிடமிருந்து இன்றைய ஈராக்கை யும், பாலஸ்தீனத்தையும் பிடித்துக் கொள்வதுடன் எகிப்தில் தனக்கு ஒரு பிடியை ஏற்படுத்திக் கொள்ளவும் பிரிட்டன் முயற்சி செய்தது.

பிரான்ஸ் நாட்டின் நோக்கமோ ஸார் நதிப் பிரதேசம் மற்றும் கனிவளம் மிகுந்த அல்சேஸ்-தலாரெய்ன் பகுதிகளை ஜெர்மனி யிடமிருந்து கைப்பற்றுவதாக இருந்தது.

மேற்கூறிய நாடுகள் இரண்டு முகாம்களாகப் பிளவுபட்டன. ஏற்கெனவே ரஷ்யா-பிரிட்டன்-பிரான்ஸ் ஆகிய மூன்று நாடு களும் சேர்ந்து 'மூவர் நேசக் கூட்டுறவு' (Triple Entente) என்ற உடன் படிக்கையைச் செய்திருந்தன. ஜெர்மனி, ஆஸ்திரியா, ஹங்கேரி மற்றும் இத்தாலி ஆகிய நாடுகள் சேர்ந்து மற்றொரு ஏகாதிபத்திய அணியை உருவாக்கியிருந்தன. ஆனால், யுத்தம் ஆரம்பித்த வுடன் இத்தாலி இந்த அணியிலிருந்து விலகி ரஷ்ய அணியில் சேர்ந்துகொண்டது. பல்கேரியாவும், துருக்கியும் ஜெர்மன் அணியை ஆதரித்தன.

பின்னர் அமெரிக்காவும், ஜப்பானும் இந்த யுத்தத்தில் சேர்ந்தன.

1914-ம் ஆண்டு, ஆகஸ்ட் மாதம் முதல் தேதியன்று, ரஷ்யா, ஜெர்மனி மீது யுத்தப் பிரகடனம் செய்தது.

பிரிட்டன், பிரான்ஸ் நாடுகளுடனான கூட்டணியில் ரஷ்ய நாடு இருந்ததற்குப் பல காரணங்கள் இருந்தன. ரஷ்ய உலோகத் தொழிற்சாலைகளில் முக்கியமானவை அனைத்தும் ஃப்ரெஞ்சு முதலாளிகளிடம் இருந்தன. டானெட்ஸ் பிரதேச நிலக்கரித் தொழிலும் அன்னிய நாட்டு முதலாளிகளின் பிடியில் சிக்கி இருந்தன. ரஷ்ய தேச எண்ணெய்க் கிணறுகளில் பாதி பிரிட்டிஷ், ஃப்ரெஞ்சு முதலாளிகளுக்குச் சொந்தமாக இருந்தன. ரஷ்ய இயந்திரத் தொழில்களில் கிடைத்த லாபத்தின் பெரும்பகுதி பிரிட்டிஷ், ஃப்ரெஞ்சு வங்கிகளுக்குப் போய்ச் சேர்ந்தன. இவை நீங்கலாக பிரிட்டன் மற்றும் பிரான்ஸ் நாடுகளிலிருந்து ஜார் மன்னன் கோடிக்கணக்கான பணத்தைக் கடன் வாங்கியிருந்தான். இவை அனைத்தும் சேர்ந்து பிரிட்டன் மற்றும் பிரான்ஸ் நாடு களின் சொல்படி நடக்கும்படி ஜார் அரசாங்கத்தை ஆட்டுவித்தன. இந்த நாடுகளுக்குக் கப்பம் கட்டும்படியான நாடாக, பாதி அடிமை நாடாக ரஷ்யாவை மாற்றிவிட்டன.*

இந்த யுத்தத்தின் மூலம் தங்களுக்குப் புதிய சந்தைகள் கிடைக் கும், யுத்த ஒப்பந்தங்கள் மூலம் கொள்ளை லாபம் பெறலாம், யுத்த நிலைமையைப் பயன்படுத்தி வளர்ந்து வரும் புரட்சி இயக்கத்தை ஒடுக்கலாம் என ரஷ்ய முதலாளித்துவ வர்க்கம் கருதியது. ரஷ்யா யுத்தத்தில் ஈடுபடுவதை நிலப்பிரபுக்களும், நிலச் சுவான்தார்களும் ஆதரித்தனர்.

ஆனால் போல்ஷெவிக் கட்சி, தொடக்கம் முதலே யுத்தத்தை எதிர்த்தது. யுத்தம் என்பது தேசப் பாதுகாப்புக்காக ஆரம்பிக்கப் படவில்லை. அந்நியப் பிரதேசங்களைக் கைப்பற்றுவதற் காகவும், நிலப்பிரபுக்கள் மற்றும் முதலாளிகளுக்காக அந்நிய நாட்டுச் சந்தைகளைக் கைப்பற்றுவதற்காகவுமே ஆரம்பிக்கப் பட்டது என்று கூறி யுத்தத்தைக் கடுமையாக எதிர்த்தது. இந்த யுத்தத்துக்கு எதிராக தொழிலாளர்கள் போராட வேண்டும் என்று போல்ஷெவிக் கட்சி அறைகூவல் விடுத்தது.

ஆனால் ரஷ்யாவின் பணக்கார விவசாயப் பகுதியினர், சோஷலிச புரட்சிக்காரர்கள், மென்ஷெவிக்குகள் ஆகியோர் அந்நிய காட்டு மிராண்டிகளிடமிருந்து தாய்நாட்டைக் காக்க வேண்டும், அது அவசியம் என்றெல்லாம் கூறி ஜார் மன்னனுக்கு ஆதரவு கொடுத்தனர்.

---

* **ஆதாரம்:** சோவியத் கம்யூனிஸ்ட் கட்சி வரலாறு [போல்ஷெவிக்]

யுத்தம் தீவிரமடைந்த நேரத்தில், புரட்சியைக் கைவிட வேண்டும், உள்நாட்டு சமாதானத்தைப் பாதுகாக்க வேண்டும் என்று மென்ஷெவிக்குகள் மற்றும் சோஷலிஸ்ட் புரட்சிக்காரர்கள் கூறினர். இதற்கெதிராக போல்ஷெவிக்குகள் புதிய முழக்கத்தை வெளிப்படுத்தினர். 'ஏகாதிபத்திய யுத்தத்தை உள்நாட்டு யுத்தமாக மாற்றுக' என அவர்கள் முழக்கமிட்டனர். ராணுவ வீரர்களாக இருக்கும் தொழிலாளர்களும், விவசாயி களும், சாதாரண மக்களும் யுத்தத்தை முடித்து நியாயமான சமாதானத்தைப் பெற விரும்பினால், தங்கள் கரங்களில் உள்ள ஆயுதங்களைத் தங்கள் சொந்த முதலாளிகளின் மார்பில் திருப்பி அந்த வர்க்கத்தின் ஆட்சியை அடியோடு ஒழித்துக்கட்ட வேண்டும் என்பதே இந்த முழக்கத்தின் பொருளாகும்.

தாய்நாட்டைப் பாதுகாக்கவேண்டும் என்று மென்ஷெவிக்கு களும், சோஷலிஸ்ட் புரட்சிக்காரர்களும் அறைகூவல் விடுத் தனர். ஆனால், லெனின் அதை நிராகரித்தார். 'ஏகாதிபத்திய யுத்தத் தில் தங்களுடைய சொந்த அரசாங்கத்தை அந்தந்த தேசத்து மக்களே முறியடிக்க வேண்டும்' என்று கூறினார். 'இது ரஷ்யத் தொழிலாளர் வர்க்கக் கட்சிக்கு மட்டுமல்ல, யுத்தத்தில் ஈடு பட்டுள்ள நாடுகள் அனைத்திலும் இருக்கும் தொழிலாளர் வர்க்க புரட்சிக் கட்சிகளுக்கும் பொருந்தும்' என்றார்.

உலகெங்குமுள்ள தொழிலாளர்களின் நலனுக்காக லெனின் உரக்கக் குரல் கொடுத்தார்.

இந்த யுத்தம் நடைபெற்று வரும் காலத்தில், 1916-ம் ஆண்டில் 'ஏகாதிபத்தியம் முதலாளித்துவத்தின் உச்சகட்டம்' என்ற புகழ் பெற்ற நூலை லெனின் எழுதினார்.

வளர்ச்சியடைந்த மிகவும் உயர்ந்த கடைசிக் கட்டத்தை எட்டி விட்ட முதலாளித்துவம்தான் ஏகாதிபத்தியம் என்பதை லெனின் இந்நூலில் ஆதாரபூர்வமாக விளக்கினார். ஐந்து நிலைகளில் இதனை வரையறுத்தார்.

1. உற்பத்தி மற்றும் மூலதனக் குவிப்பு என்பது ஓர் உயர்ந்த கட்டத்தை எட்டிவிட்டது, அது ஏகபோகங்களை உருவாக்கி யுள்ளது. அந்த ஏகபோகங்கள், பொருளாதார வாழ்வில் ஒரு தீர்மானகரமான பங்கை ஆற்றுகின்றன.

2. தொழில் மூலதனத்துடன் கூடவே வங்கி மூலதனமும் தோன்றியுள்ளது.

3. பொருள்கள் ஏற்றுமதி செய்யப்படுவது தவிர மூலதனம் ஏற்று மதி செய்யப்படுவதும் தனி முக்கியத்துவத்தைப் பெறுகிறது.

4. உலகைத் தங்களிடையே பங்கு போட்டுக்கொள்ளக்கூடிய சர்வதேச ஏகபோக முதலாளித்துவ அமைப்புகள் உருவாக்கப் பட்டுள்ளன.

5. முழு உலகையும் பெரும் முதலாளித்துவ சக்திகள் பூகோள ரீதியாக பங்கு போட்டுக்கொள்வது முழுமை அடைந் துள்ளது.

இவ்வாறு வரையறுத்த லெனின், ஒரு திட்டவட்டமான வளர்ச்சிக் கட்டத்தில்தான் முதலாளித்துவம் என்பது ஏகாதிபத்தியமாகிறது என்பதைச் சுட்டிக் காண்பித்தார். இந்தப் பொருளாதார ரீதியிலான வளர்ச்சிப் போக்கில் ஏற்கெனவே இருந்த சுதந்தர வர்த்தகம் என்பது மாற்றப்பட்டு அதிக லாபத்தை அடையக்கூடிய ஏகபோகம் உருவெடுத்துள்ளது என்று லெனின் தெளிவாகக் கூறினார். லாபம், லாபம், லாபத்தைத் தவிர முதலாளிகளுக்கு வேறெந்த நோக்கமும் இருக்காது என்று அழுத்தம் திருத்தமாக அறிவித்தார்.

இந்த ஏகபோக முதலாளித்துவம் என்ற ஏகாதிபத்தியம், மனித உடம்பின் ரத்தத்தை உறிஞ்சும் அட்டையைப் போன்றது, அழுகி செத்து மடியக்கூடியது என்று லெனின் வரையறுத்தார்.

இந்தப் பொருளாதார ஆய்விலிருந்து லெனின் ஒரு மிக முக்கிய மான அரசியல் முடிவுக்கு வந்தார்.

ஏகாதிபத்திய சகாப்தத்தில் அடிமை நாடுகளிலும், ஆதிக்கத்துக்குப் பணிந்த நாடுகளிலும் புரட்சிகர நெருக்கடி, நாளுக்கு நாள் அதிகமாக முற்றுகிறது. ஏகாதிபத்தியத்தை எதிர்த்து வீழ்த்தக்கூடிய சக்திகள், ஏகாதிபத்தியப் பிடிப்பிலிருந்து விடுதலை அடை வதற்காகப் போரிடக்கூடிய சக்திகள் நாளுக்கு நாள் அதிகமாகத் திரள்கின்றன. பலமடைகின்றன. ஓரிடத்துக்கு ஓரிடம் முத லாளித்துவ வளர்ச்சி வித்தியாசமாக இருப்பதுதான் ஏகாதிபத்திய யுத்தங்களுக்குக் காரணமாக அமைகிறது. இந்த யுத்தங்கள் ஏகாதி பத்தியத்தின் பலத்தைக் குறைப்பதோடு ஏகாதிபத்தியம் என்ற சங்கிலியில் பலவீனமான இடத்தை உடைத்துத் தகர்ப்பதைச் சாத்தியமாக்குகிறது என்பதை லெனின் அற்புதமாக விளக்கினார்.

லெனின் ஒரு திட்டவட்டமான முடிவுக்கு வந்தார்.

ஏகாதிபத்திய சங்கிலியை தொழிலாளர் வர்க்கம் ஓரிடத்திலோ பல இடங்களிலோ தாக்கித் தகர்க்க முடியும். அதாவது ஒரு நாட்டிலோ அநேக நாடுகளிலோ தன்னந்தனியாக சோஷலிசம் வெற்றியடைய முடியும். முதலாளித்துவ வளர்ச்சி என்பது நாட்டுக்கு நாடு வித்தியாசமாக இருப்பதால், ஒரே சமயத்தில் அனைத்து நாடுகளிலும் சோஷலிசம் வெற்றியடைய முடியாது. ஒரு நாட்டிலோ அநேக நாடுகளிலோ சோஷலிசம் வெற்றியடையும். அப்பொழுது இதர நாடுகள் சிலகாலம் வரை முதலாளித்துவ நாடுகளாகவே இருக்கும்.

‘போராட்டத்தில் வெற்றி காணும் நாட்டிலுள்ள தொழிலாளர் வர்க்கம் முதலாளிகளின் சொத்துகளைப் பறிமுதல் செய்து தன்னுடைய சோஷலிச பொருள் உற்பத்தியை உருவாக்கும். இதைச் செய்தவுடன் உலகிலுள்ள மற்ற நாடுகளுக்கு - முதலாளித்துவ உலகத்துக்கு - நிகராகத் தலைநிமிர்ந்து எதிர்த்து கம்பீரமாக நிற்கும். தன்னுடைய லட்சியத்தை நோக்கி இதர நாடுகளின் ஒடுக்கப்பட்டுக் கிடக்கும் மக்களை ஈர்த்து இழுக்கும்’ என்று லெனின் அறுதியிட்டுக் கூறினார்.*

இந்த நிர்ணயிப்பின் மூலம் ரஷ்ய நாட்டில் தன்னந்தனியாகப் புரட்சி வெற்றியடைவது சாத்தியம் என்பதை லெனின் போல்ஷெவிக்குகளுக்குத் தெளிவாக எடுத்துரைத்தார்.

---

* லெனின் தேர்வு நூல்கள் (ஆங்கிலம்) பாகம் 5.

17

ராணுவத்தினரிடையில் போல்ஷேவிக்குகள்

யுத்தம் தொடங்கியதும் ரஷ்ய நாட்டில் காவல் துறையினரின் அடக்குமுறைகள் அதிகரித்தன. குறிப்பாக, யுத்தத்தை எதிர்த்த போல்ஷெவிக்கு களுக்கு எதிராக அவர்களின் கவனம் திரும்பியது.

ஜாரின் டூமாவில் உறுப்பினர்களாக இருந்த போல்ஷெவிக்குகள், அநேக இடங்களுக்குச் சென்று, போல்ஷெவிக்குகளின் யுத்த-எதிர்ப்புக் கொள்கை குறித்தும், புரட்சிக் கொள்கை குறித்தும் தொழிலாளர்களிடையே பிரசாரம் செய்தனர்.

1914 நவம்பர் மாதத்தில் டூமா போல்ஷெவிக் உறுப்பினர்கள் மாநாடு கூட்டப்பட்டது. இது நடைபெற்ற மூன்றாவது நாளில் அந்த போல்ஷெவிக் உறுப்பினர்கள் அனைவரும் கைது செய்யப்பட்டனர். அவர்களுடைய குடியுரிமைகள் ரத்து செய்யப்பட்டு அவர்கள் கிழக்கு சைபீரியாவுக்கு நாடு கடத்தப்பட்டனர். அவர்கள் மீது ராஜத்துரோகக் குற்றச்சாட்டு சுமத்தப்பட்டது. அவர்கள் நீதிமன்றத்தைப்

பிரசார மேடையாகப் பயன்படுத்தி, ஜார் அரசாங்கத்தின் ஆக்கிரமிப்புக் கொள்கையை அம்பலப்படுத்தினார்கள்.

ஜார் அரசாங்கம் 'யுத்தத் தொழிற் குழு' என்ற பெயரில் ஒரு குழுவை அமைத்தது. ரஷ்ய முதலாளிகள், தங்கள் தொழிலாளர் களைத் தங்களது தலைமையின்கீழ் கொண்டு வருவதற்காக இந்தத் தொழில் குழுக்களில் 'தொழிலாளர் பிரிவுகள்' என்ற பகுதியை அமைத்தனர். இதை மென்ஷெவிக்குகள் உற்சாகமாக வரவேற்றனர். ஆனால், போல்ஷெவிக்குகள் கடுமையாக எதிர்த்தனர்.

யுத்தத் தொழிற் குழுக்களில் தொழிலாளர் பிரதிநிதிகளுக்கு இடமளித்தால், அவர்களைக் கொண்டு துப்பாக்கி, பீரங்கி, வெடிகுண்டு மற்றும் வெடி மருந்து செய்யும் தொழிலாளர்களை வற்புறுத்தி அதிக உற்பத்தி அடையலாம், கொள்ளை லாபம் பெறலாம் என்பதே முதலாளிகள் நோக்கமாகும். இந்தத் தொழிலாளர் பிரிவுக்கு ஆள்களைத் தேர்ந்தெடுப்பதற்காகத் தேர்தல் நடைபெற்றது. இதன் பொருட்டு தொழிலாளர் பிரதி நிதிகள் கூட்டம் ஒன்று 1915-ம் வருஷம் செப்டெம்பர் மாதம் 15-ம் தேதி நடைபெற்றது. இதில் பங்கேற்றவர்கள், தொழிலாளர் பிரிவில் பங்கேற்கக் கூடாது என்ற போல்ஷெவிக்குகளின் நிலைப் பாட்டை ஏற்று 'சமாதானத்தை ஏற்படுத்துவதற்கும் ஜார் ஆட்சியை வீழ்த்துவதற்கும் போராட வேண்டும். இதையே தொழிலாளர்கள் தங்களுடைய லட்சியமாகக் கொள்ள வேண்டும்' என்றும் ஒரு தீர்மானம் மூலம் பிரகடனம் செய்தனர்.

போல்ஷெவிக்குகள் ராணுவத்தினரிடையிலும், கப்பல் படை யினரிடையிலும் தீவிரமாகப் பிரசாரம் செய்தனர். யுத்தத்தினால் ஏற்பட்டுள்ள துன்பத்துக்கு, மக்கள் அவதிக்கு யார் காரணம் என்பதை விரிவாக எடுத்துரைத்தனர். ஏகாதிபத்திய யுத்த நாசத்திலிருந்து மீள ஒரே ஒரு வழிதான் உண்டு, அதுதான் புரட்சி என்று விளக்கிக் கூறினர். போல்ஷெவிக்குகள் ராணுவத்திலும், கடற்படையிலும், போர் முனையிலும் ரகசியக் குழுக்களை உருவாக்கினர். யுத்தத்துக்கு எதிராகப் போராடவேண்டும் போன்ற பிரசுரங்களை அவர்களிடையே விநியோகித்தனர்.

இந்தப் பிரசாரம் காரணமாக, எதிரி ராணுவத்தினர் மீது தாக்குதல் தொடுக்கவேண்டுமென்று ராணுவ அதிகாரிகள் கூறியபோது ரஷ்யச் சிப்பாய்கள் அதைச் செய்ய முடியாதென்று மறுத்தனர்.

போர் முனையில் ஜார் ராணுவம் தோல்வி மேல் தோல்வி அடைய ஆரம்பித்தது. அதனிடம் போதுமான அளவு துப்பாக்கி களோ, குண்டுகளோ, பீரங்கிகளோ இல்லை. அதே நேரத்தில் ஜெர்மன் ராணுவம் ரஷ்யப் படை மீது குண்டுமாரி பொழிந்து ஏராளமானோரைக் கொன்றது. ரஷ்யப் போர் வீரர்களுக்குப் போதுமான உணவு தரப்படவில்லை. அது மட்டுமல்ல. காலுக்குச் செருப்பு கூட இன்றி அவர்கள் பனியில் நடக்க வேண்டியிருந்தது. அவர்களது கிழிந்த உடைகளுக்கு மாற்று உடைகள் கூடத் தரப்படவில்லை. லட்சக்கணக்கான ராணுவ வீரர்கள் யுத்த முனையில் கொல்லப்பட்டனர். ஏராளமானோர் காயங்களால் மடிந்தனர், நோயால் மடிந்தனர்.

தொழிலாளர்களும், விவசாயிகளும் வறுமையில் வாடினர். அவர்களுடைய பொருளாதார வாழ்க்கை நாசமாகி இருந்தது. உடல் உழைப்பு தரக்கூடிய மக்களில் 140 லட்சம் பேர் உழைத்துச் சம்பாதிக்க முடியாதபடி ராணுவத்தில் சேர்க்கப்பட்டிருந்தனர். இதனால் போதுமான தொழிலாளர்கள் இன்றித் தொழில்கள் தேக்கமடைந்தன. அதே போன்று பயிரிடும் பரப்பும் குறைந்தது.

அத்துடன் ராணுவ அமைச்சராக இருந்த சுக்ஹோம் வினோவ் என்பவன், ஜெர்மனியின் கையாளாக இருந்தான். அவன் போர் முனைக்குச் செல்லவேண்டிய துப்பாக்கி, தோட்டா மற்றும் வெடி மருந்துகளைச் சீர்குலைத்து அனுப்பி வைத்தான்.

மொத்தத்தில், ரஷ்யாவுக்குத் தோல்வி மேல் தோல்வி. ஜெர்மன் படை, போலந்தையும் பால்டிக் பகுதியில் சில இடங்களையும் கைப்பற்றியது.

இவை அனைத்தும் சேர்ந்து தொழிலாளர்கள், விவசாயிகள், ராணுவத்தினர் மற்றும் அறிவுஜீவிகளிடையே, ஜார் மன்னனுக் கெதிராகப் பெரும் ஆத்திரத்தை ஏற்படுத்தின. ஏழை, எளிய மக்களும் புரட்சிகர உணர்வைப் பெறலாயினர்.

இதே நேரத்தில் ஜார் ஆட்சி குறித்து, ரஷ்ய முதலாளிகளிடையே அதிருப்தி தோன்ற ஆரம்பித்தது. ஜார் மன்னனிடம் அவர் களுக்குச் செல்வாக்கு கிடையாது. ஜார் மன்னன் தன்னைக் காப் பாற்றிக் கொள்வதற்காக ஜெர்மனியுடன் தனியாக ஒப்பந்தம் செய்து கொள்ளக் கூடும் என்றுகூட அவர்கள் பயந்தனர். எனவே ஒரு அதிரடி அரண்மனைப் புரட்சி மூலம் ஜாரை அகற்றிவிட்டு அவனுடைய சகோதரனுக்கு முடிசூட்டலாம் என அவர்கள்

கருதினர். அதே நேரத்தில் அதிகாரத்தையும் தாங்கள் கைப்பற்றிக் கொள்ளலாமென்று அவர்கள் நம்பினர்.

பிரிட்டன் மற்றும் ஃப்ரெஞ்சு அரசாங்கங்கள் ஜார் மன்னனைக் குறித்து ஐயம் கொண்டன. ரஷ்யா எப்போது வேண்டுமானாலும் ஜெர்மனியுடன் உடன்படிக்கை செய்துகொள்ளலாம் என்று சந்தேகித்தன.

1917-ம் ஆண்டின் தொடக்க நாளிலிருந்து ரஷ்யத் தொழிற் சாலைகள் பெரும் நெருக்கடியைச் சந்திக்கலாயின. அவற்றுக்கு வேண்டிய கச்சாப்பொருள்கள், நிலக்கரி போன்றவற்றில் பெரும் தட்டுப்பாடு ஏற்பட்டது. தொழிற்சாலைகள் செயல்பட முடியாத நிலையை எட்டின. அதே நேரத்தில் உணவுப் பொருள்கள் பற்றாக்குறையால் மக்கள் பட்டினியில் துவண்டு போனார்கள். மாஸ்கோ மற்றும் பெட்ரோகிராட் நகரங்களுக்கு உணவுப் பொருள்கள் வழங்கப்படவேயில்லை.

தொழிற்கூடங்கள் ஒவ்வொன்றாக மூடப்படத் தொடங்கியதால் தொழிலாளர்கள் வேலை இழந்து தெருவில் நிற்கவேண்டி இருந்தது. இவை அனைத்தும் சேர்ந்து ஜார் ஆட்சிக்கு முடிவு கட்டவேண்டிய நேரம் நெருங்கிவிட்டது என்பதை உணர்த்தின.

மாஸ்கோ மற்றும் பெட்ரோகிராட் நகரங்களுக்கு உணவுப் பொருள்கள் வழங்கப்படவேயில்லை.

தொழிற்கூடங்கள் ஒவ்வொன்றாக மூடப்படத் தொடங்கியதால் தொழிலாளர்கள் வேலை இழந்து தெருவில் நிற்கவேண்டிய தாயிற்று.

போர்முனையில் தொடர் தோல்விகள்.

உள் நாட்டில் பொருளாதாரம் சரிவு.

கிளர்ச்சிக்காரர்களின் எண்ணிக்கை நாளுக்கு நாள் அதிகரித்துக் கொண்டே போனது.

ஜார் ஆட்சி தனது இறுதிக் கட்டத்தை நோக்கி முன்னேறிக் கொண்டிருந்தது.

18

பிப்ரவரி எழுச்சியும் ஜார் வீழ்ச்சியும்

ஜனவரி 9-ம் தேதியன்று பெட்ரோகிராட், மாஸ்கோ, பாகு, நிஜினி நவகிராட் போன்ற நகரங்களில் வேலை நிறுத்தங்கள் தொடங்கின. மாஸ்கோவின் மூன்றில் ஒரு பகுதி தொழிலாளர் கள் இந்த வேலை நிறுத்தத்தில் பங்கேற்றனர். அந்நகரில் 2000 பேருக்கு மேல் பங்கேற்ற ஊர் வலத்தைக் குதிரைப்படை அடித்துக் கலைத்தது. பெட்ரோகிராட் நகரில் ராணுவத்தினரும் பங்கேற்ற பெரும் ஊர்வலம் நடைபெற்றது. இதே நிலைமை பிப்ரவரி மாதத்திலும் நீடித்தது.

பிப்ரவரி 14-ம் தேதியன்று டூமாவின் கூட்டம் தொடங்க இருந்தது. அந்நாளில் மென்ஷெவிக்கு களும் போல்ஷெவிக்குகளும் தனித்தனியாக ஊர்வலம் நடத்தினர். தொழிலாளர்கள் மென் ஷெவிக்குகளைப் புறக்கணித்து, போல்ஷெ விக்குகள் நடத்திய ஊர்வலத்தில் பெருந்திர ளாகக் கலந்துகொண்டனர்.

பிப்ரவரி 18-ம் தேதியன்று பெட்ரோகிராடி லிருந்த புடிலாவ் தொழிற்சாலையில் வேலை

நிறுத்தம் தொடங்கியது. பிப்ரவரி 22-ம் தேதியன்று சர்வதேச பெண்கள் தினத்தையொட்டி (மார்ச் 8) மாபெரும் ஊர்வலத்துக்கு பெட்ரோகிராட் போல்ஷெவிக் குழு அறைகூவல் விடுத் திருந்தது. அந்நாளில் தொழிலாளர் குடும்பத்துப் பெண்கள் பசி, பட்டினியை எதிர்த்து, யுத்த அரக்கனை எதிர்த்து, ஜார் ஆட்சியை எதிர்த்து வீதிகளில் வலம் வந்து மாபெரும் ஆர்ப்பாட்டம் நடத்தினர். இதற்கு ஆதரவு தெரிவித்து பெட்ரோகிராட் தொழி லாளர்கள், நகர் முழுவதிலும் வேலை நிறுத்தம் செய்தனர். இது, ஜார் மன்னன் ஆட்சிக்கு எதிரான அரசியல் ஆர்ப்பாட்டமாக உருவெடுத்தது.

மறுநாள் இதனினும் பெரிய ஆர்ப்பாட்டம் நடைபெற்றது. ஏற் கெனவே இரண்டு லட்சம் பேர் வேலை நிறுத்தத்தில் இறங்கி யிருந்தனர்.

மார்ச் 10-ம் தேதியன்று பெட்ரோகிராட் நகரின் தொழிலாளர் வர்க்கம் முழுவதும் எழுச்சியில் இறங்கியது. அனைத்து அர சியல் வேலை நிறுத்தங்களும் சேர்ந்து அரசியல் பொதுவேலை நிறுத்தமாக மாறியது. பல இடங்களில் தொழிலாளர்கள், ஜாரின் காவல் துறையுடன் மோதினர். சிவப்புக் கொடிகள் எங்கும் பறந்தன. 'ஜார் ஒழிக!', 'யுத்தம் ஒழிக!', 'உணவு வேண்டும்' போன்ற முழக்கங்கள் அவற்றில் பொறிக்கப்பட்டிருந்தன.

மார்ச் 11-ம் தேதி காலையில் ஆயுத எழுச்சி வெடித்தது. ஆயிரக் கணக்கான தொழிலாளர்கள், காவல்துறையினரையும் நகரக் காவல் படையினரையும் தாக்கி அவர்களிடமிருந்த ஆயுதங் களைப் பறித்துக் கொண்டனர்.

ராணுவத்தின் ஒரு பிரிவு கிளர்ச்சியாளர்களுடன் சேர்ந்தது. மார்ச் 11-ம் தேதி காலையில் தெருக்களில் தொழிலாளர்களைத் தாக்கிக் கொண்டிருந்த காவல் துறையினர் மீது ஜார் ராணுவத் தின் ரிசர்வ் பிரிவு ஒன்று துப்பாக்கியால் சுட்டது.

அதேநாளில், மாலடோவின் தலைமையில் செயல்பட்டு வந்த போல்ஷெவிக் கட்சியின் மத்தியக்குழு தலைமையகம், தொழி லாளர்களுக்கு உணர்ச்சி மிகு அறைகூவலை விடுத்தது. ஜார் ஆட்சிக்கு எதிரான ஆயுதம் தாங்கிய போராட்டத்தைத் தொடர்ந்து நடத்த வேண்டும், தாற்காலிகப் புரட்சி அரசாங்கம் ஒன்றை அமைக்கவேண்டும் என அந்த அறிக்கை வலியுறுத்தி

யது. அப்பொழுது மத்தியக் குழு அலுவலகம் பெட்ரோகிராட் நகரில்தான் இருந்தது.

ஜார் மன்னனுக்கு எதிராக லட்சக்கணக்கான மக்கள் தெருக்களில் இறங்கி விட்டதால் அவன் உத்தரவுக்கும் அவனுடைய தளபதிகள் உத்தரவுக்கும் இனியும் அடிபணியக் கூடாது என்ற முடிவுக்கு வந்த ராணுவத்தினர், மக்களுடன் சேர்ந்துகொண்டனர். மார்ச் 12-ம் தேதியன்று பெட்ரோகிராடிலிருந்த ராணுவத்தினர் மக்களைச் சுட மறுத்துவிட்டனர். அன்று காலை எழுச்சியில் பத்தாயிரம் ராணுவத்தினர் பங்கேற்றனர் என்றால் அன்று மாலைக்குள் அறுபதாயிரம் பேர் அதில் சேர்ந்துவிட்டனர்.

தொழிலாளரும் ராணுவத்தினரும் உடனடியாக நடவடிக்கையில் இறங்கினர். ஜார் மன்னனின் அமைச்சர்கள் மற்றும் தளபதிகள் கைது செய்யப்பட்டனர். சிறைகளில் அடைக்கப்பட்டிருந்த புரட்சிக்காரர்கள் விடுதலை செய்யப்பட்டனர். அவர்களும் இந்த எழுச்சியில் இறங்கினர்.

வீட்டு மாடிகளில் நிறுத்தி வைக்கப்பட்டிருந்த காவல் துறையினரையும், தெருக்களில் இருந்த காவல் படையினரையும் எதிர்த்து, தொழிலாளர்கள் வீதிகளில் துப்பாக்கிச் சண்டையில் இறங்கினர். ராணுவத்தினர் தொழிலாளர்களோடு சேர்ந்துவிட்ட நிலையில் எதிர்ப்புகள் அனைத்தும் தூள் தூளாக்கப்பட்டன. ஜார் மன்னன் சரிந்தான்.

'பெட்ரோகிராடில் புரட்சி வெற்றி பெற்று விட்டது' என்ற தகவல் ரஷ்யாவின் இதரப் பகுதிகளுக்கும் போர் முனைக்கும் பரவியது. இதைத் தொடர்ந்து, ஒவ்வோர் இடத்திலும் ஜார் மன்னனுடைய அதிகாரிகள், தொழிலாளர்களாலும் ராணுவ வீரர்களாலும் கொல்லப்படலாயினர்.

ஒருபுறம் இந்த நிகழ்ச்சிப் போக்குகள் நடைபெற்றுக் கொண்டிருக்கும் நிலையில், அதே 12-ம் தேதி அன்று மிதவாத முதலாளிகள், சோஷலிஸ்ட் புரட்சிக்காரர்களுடைய தலைவர்களுடனும் மென்ஷெவிக் தலைவர்களுடனும் ஒரு ரகசிய ஒப்பந்தம் செய்து கொண்டனர். இதனைத் தொடர்ந்து, நான்காவது அரசாங்க டூமாவில் உறுப்பினர்களாக இருந்த மிதவாதிகள் ஒன்று சேர்ந்து அரசாங்க டூமாவின் தாற்காலிகக் குழு ஒன்றை அமைத்தனர். ஜார் மன்னனின் டூமாவில் சபாநாயகராக இருந்த ரோட்ஜ் யான்கோ

என்பவர் அந்தத் தாற்காலிகக் குழுவுக்குத் தலைவனாக நிய மிக்கப்பட்டார். இந்த நபர் பெரிய நிலப்பிரபு; மன்னராட்சி வேண்டுமென்று கூறுபவர்.

சில நாள்களுக்குப் பிறகு தொழிலாளர்-ராணுவ வீரர் பிரதிநிதி களின் சோவியத்துகளின் நிர்வாகக் குழுக்களில் பதவி வகித்த சோஷலிச புரட்சிக்காரர் தலைவர்களுடனும், மென்ஷெவிக் தலைவர்களுடனும் இந்தத் தாற்காலிக் குழு, போல்ஷெவிக்கு களுக்குத் தெரியாமல் ஒரு ரகசிய உடன்பாட்டுக்கு வந்தது. அதன்படி, ஜார் மன்னனின் நம்பிக்கைக்கு உரிய இளவரசன் லவாவ் என்பவன் தலைமையில் புதிய முதலாளித்துவ தாற்காலிக அரசாங்கத்தை அமைத்தனர். இதில் முதலாளித்துவ வர்க்கத்தின் பிரதிநிதிகள் பலரும், 'ஜனநாயகத்தின்' பிரதிநிதியாக கெரன்ஸ்கி என்ற சோஷலிஸ்ட் புரட்சிக்காரனும் இந்த இடைக்கால அரசாங்கத்தில் பங்கேற்றனர்.

இவ்வாறு, ஜார் மன்னனை வீழ்த்தி மக்கள் போராடிப் பெற்ற அரசியல் அதிகாரத்தை சோவியத்துகளின் நிர்வாகக் குழுவில் பதவி வகித்த சோஷலிஸ்ட் புரட்சித் தலைவர்களும் மென்ஷெவிக் தலைவர்களும் முதலாளிகளின் காலடியில் சேர்ப்பித்தனர். தொழிலாளர்-ராணுவ வீரர்கள் ஆகியோரின் பிரதிநிதிகளைக் கொண்ட சோவியத், இந்தச் செய்தியைக் கேட்டபோது, போல்ஷெவிக்குகள் வன்மையாகக் கண்டித்து மறுத்த போதிலும், அதைக் காதில் போட்டுக்கொள்ளாமல், மென்ஷெவிக் தலைவர்களும், சோஷலிஸ்ட் புரட்சிக்காரர் தலைவர்களும் செய்த காரியத்தை, பெரும்பாலான வாக்குகளால் ஏற்றுக்கொண்டன. *(லெனின் தேர்வு நூல்கள் (ஆங்கிலம்) பாகம் 5).*

போல்ஷெவிக் கட்சி நடந்த நிலைமைகளைப் பரிசீலித்தது. போராடி வெற்றியடைந்த தொழிலாளர்களும் விவசாயிகளும், தங்களுடைய அரசியல் அதிகாரத்தை முதலாளிகளின் பிரதிநிதி களிடம் தாங்களாகவே கொடுத்துவிட்டதை ஆராய்ந்தது. அவர்களுடைய வளர்ச்சியடையாத அரசியல் கண்ணோட்டப் போக்குதான், சிறு முதலாளித்துவப் போக்குதான் இதற்குக் காரணம் என்று போல்ஷெவிக் கட்சி முடிவுக்கு வந்தது.

மக்களுக்கு மிகவும் பொறுமையுடன் உண்மையைக் கூறி அவர் கள் கண்களைத் திறந்துவிட வேண்டும். தாற்காலிக அரசாங்கம்

ஏகாதிபத்தியக் குணம் படைத்தது என்பதை அவர்களுக்கு விளக்கிக் கூறவேண்டும். சோஷலிஸ்ட் புரட்சிக்காரர்களும் மென்ஷெவிக்குகளும் செய்த துரோகத்தை அம்பலப்படுத்த வேண்டும். தாற்காலிக அரசாங்கத்தை அகற்றிவிட்டு சோவியத்து களின் அரசாங்கம் ஒன்றை ஏற்படுத்தாதவரையில் சமா தானத்தைப் பெறுவது கடினம் என்பதை எடுத்துக்கூற வேண்டும். இவற்றை மிகுந்த பொறுமையுடன் செய்ய வேண்டும் என்று போல்ஷெவிக் கட்சி முடிவு செய்தது. அதன்படி இவற்றை அவசர, அவசிய காரியமாகக் கருதி நிறைவேற்ற ஆரம்பித்தது.

அதன் முதல்படியாக 'பிராவ்தா' ஏட்டை அதே மார்ச் மாதத் திலேயே பெட்ரோகிராட் நகரிலிருந்து வெளியிடத் தொடங்கி யது. சில நாள்கள் கழித்து 'சமூக ஜனநாயகவாதி' என்ற ஏடு மாஸ்கோவிலிருந்து வர ஆரம்பித்தது. தொழிலாளர் வர்க்கத் துடன் சேர்ந்து நடவடிக்கையில் இறங்கவேண்டியது அத்தியா வசியம் என்பதை ராணுவ வீரர்களுக்கும், விவசாயிகளுக்கும் அது பொறுமையுடன் விளக்கியது. தாற்காலிக அரசாங்கத்தை அகற்றி அந்த இடத்தில் சோவியத்துகளின் அரசாங்கத்தை அமைக்காத வரை, விவசாயிகளுக்கு நிலம் கிடைக்காது என் பதையும் போல்ஷெவிக் கட்சி எடுத்துக் கூறியது.

19

இடைக்கால அரசாங்கத்தின் சாகசம்

ஆட்சியைப் பிடித்த தாற்காலிக அரசாங்கம், யுத்தம் நிறுத்தப்படவேண்டும் என்பதிலோ, விவசாயிகளுக்கு நிலம் தரவேண்டும் என்பதிலோ, மக்களுக்கு உணவு கிடைக்கச் செய்ய வேண்டும் என்பதிலோ அக்கறை காட்டவில்லை. மாறாக, ஜார் மன்னனுடன் சமாதானம் செய்து கொள்வதிலும், அவனுடைய சகோதரனான மைக்கேலிடம் அதிகாரத்தை மாற்றுவதிலும் அக்கறை காண்பித்தது. யுத்தத்தை நிறுத்த வேண்டுமென்று அது கருதவில்லை. அதற்குப் பதிலாக யுத்தத்தில் ரஷ்யாவை மேலும் தீவிரமாக ஈடுபடுத்தி கான்ஸ்டான்டிநோபிள், டார்ட்னெல்ஸ் மற்றும் கலிஸியா ஆகிய இடங்களைப் பிடித்து ஏகாதிபத்திய ஆசையைப் பூர்த்தி செய்வதிலேயே இருந்தது.

அரசியல் நிர்ணய சபை விரைவில் வரும், அனைத்தும் சமாதான வழியில் சரியாகும் என்று தொழிலாளர்களும் ராணுவ வீரர்களும் விவசாயிகளும் நம்பினர்.

ஆனால் தாற்காலிக அரசாங்கமானது, ராணுவத்தினரிடையே கட்டுப்பாட்டையும், ஒழுங்கையும் நிலைநாட்டுவது என்ற பெயரால் அவர்களின் புரட்சிகர உணர்வை மட்டுப்படுத்த முயன்றது. ஆனால், அதன் நோக்கம் நிறைவேறவில்லை.

மக்கள், தங்களுக்குக் கிடைத்த உரிமைகள் எதையும் இழக்கத் தயாராக இல்லை. பேச்சுரிமை, பத்திரிகை உரிமை, சங்கம் சேரும் உரிமை, கூட்டம் கூடும் உரிமை, ஊர்வலம் நடத்தும் உரிமை அனைத்தையும் பயன்படுத்தினர்.

அதேபோல், ஜார் ஆட்சியில் ஒடுக்குமுறைக்கு ஆட்பட்டு தலைமறைவாகச் செயல்பட வேண்டியிருந்த போல்ஷெவிக் கட்சி பகிரங்கமாக அரசியல் வேலைகளில் ஈடுபட்டது. நாடு கடத்தப்பட்டிருந்த ஸ்டாலினும், மாலடோவும் திரும்பி வந்தனர். போல்ஷெவிக் கட்சியிலிருந்த காமனெவ், ரைக்கோவ் போன்ற சிலர் நிபந்தனையின் பேரில் தாற்காலிக அரசாங்கத்தை யும் யுத்தத்தையும் ஆதரிக்கலாம் என்றனர். ஸ்டாலினும், மாலடோவும், கட்சி உறுப்பினர்களில் மிகப் பெரும்பாலானவர் களும் இவற்றைக் கடுமையாக எதிர்த்தனர். யுத்தத்தை முடித்து சமாதானத்தை ஏற்படுத்தத் தீவிரமாகப் போராட வேண்டு மென்று போல்ஷெவிக்குகள் மக்களுக்கு வேண்டுகோள் விடுத்தனர்.

ரஷ்யாவில் நடைபெற்ற எழுச்சியின்பொழுது நடைபெற்ற சம்பவங்கள், தாற்காலிக அரசாங்கம் அமைக்கப்பட்டது போன்ற தகவல்கள், சுவிட்சர்லாந்தில் இருந்த லெனினுக்கு மார்ச் 15-ம் தேதியன்று கிடைத்தது. அவர் மிகவும் மகிழ்ச்சியடைந்தார். அவர் உடனே தொழிலாளர் வர்க்கம் மற்றும் போல்ஷெவிக் கட்சியின் முன்புள்ள கடமைகள் குறித்து கடிதங்கள் எழுதி, கட்சித் தலைமைக்கு ரகசியமாக அனுப்பி வைத்தார்.

இனி, செய்ய வேண்டிய பிரதான காரியம் என்ன? லெனின் தெளிவுபடுத்துகிறார் :

1. தொழிலாளர் வர்க்கத்தின் புரட்சிகரக் கட்சியைப் பலப்படுத்த வேண்டும்.
2. கட்சி நடவடிக்கைகளை விரிவுபடுத்த வேண்டும்.
3. மக்களை அணி திரட்ட வேண்டும்.

4. தொழிலாளர் பிரதிநிதிகளின் சோவியத் அதிகாரத்தை வென்றெடுக்க புதிய மக்கள் பகுதிகளைக் கிளர்ந்தெழச் செய்யவேண்டும்.

பிற்போக்காளரை நிர்மூலம் செய்க! புதிய முதலாளித்துவ அரசாங்கம் மீது எள்ளளவும் நம்பிக்கை வைக்கக் கூடாது அல்லது ஆதரவு தரக்கூடாது. புரட்சியின் உயர் கட்டத்துக்காக ஒரு பரந்து பட்ட அடித்தளத்தை உருவாக்குக!' என்று தனது கடிதங்களில் லெனின் வலியுறுத்தினார்.

ரஷ்ய எழுச்சி குறித்த தகவல் கிடைத்ததிலிருந்தே, லெனினுக்கு இருப்பு கொள்ளவில்லை. ரஷ்யாவுக்குத் திரும்ப வேண்டும் என்று துடித்தார். ஆனால் ரஷ்யா திரும்புவது சுலபமல்ல. ஏதாவ தொரு நடுநிலை நாட்டிலிருந்து அயல்நாட்டவர் என்ற பாஸ் போர்ட் பெற்றால்தான் நாடு திரும்ப முடியும். இறுதியில் வேறொரு வழி கண்டுபிடிக்கப்பட்டது. அரசியல் காரணங்களுக் காக வெளிநாட்டில் குடியேறியவர்களை ஜெர்மன் யுத்தக் கைதிகளுக்காகப் பரிமாறிக்கொள்ளும் திட்டம் ஒன்று இருந்தது. அதன்படி லெனினும், அவரது துணைவியார் குரூப்ஸ்காயாவும் ஜெர்மனிக்குக் கொண்டு வரப்பட்டு அங்கிருந்து அவர்கள் ஸ்வீடன் நாட்டின் ஸ்டாக்ஹோம் நகருக்கு வந்து சேர்ந்தனர். அங்கிருந்து பின்லாந்துக்கு வந்த அவர்கள், அதன்பின் பெட்ரோ கிராட் நகருக்கு ரயில் மூலம் வந்து சேர்ந்தனர்.

ஏப்ரல் 16-ம் தேதி இரவில் பெட்ரோகிராட் ரயில் நிலையத்துக்கு வந்து சேர்ந்த லெனினுக்கு அங்கே வரலாறு காணா வரவேற்பு அளிக்கப்பட்டது. அன்று ஈஸ்டர் விடுமுறை நாளாக இருந்த தாலும் செய்தித் தாள்கள் வராமல் இருந்ததாலும் லெனின் அன்று வரும் செய்தி மக்களை எட்டவில்லை. இருந்தபோதிலும், வாய்மொழித் தகவலாக அது பரவி ஆயிரக்கணக்கான தொழி லாளிகளும் ராணுவத்தினரும் மாலுமிகளும் இந்த வரவேற்பில் கலந்துகொண்டனர்.

லெனின் ரயிலை விட்டு இறங்கியதும், மாலுமிகள் துப்பாக்கி களை உயர்த்தி வணக்கம் செலுத்தினர். ராணுவ இசைக்குழு 'மார்செய்ல்ஸ்' எழுச்சி கீதத்தை இசைத்தது.

லெனினை வரவேற்று எண்ணற்ற துணிப் பதாகைகள் அங்கே கட்டப்பட்டிருந்தன. தொழிலாளர் மற்றும் ராணுவ வீரர்களின்

பலத்த ஆரவாரக் கையொலி எழுந்தது. அவர்கள் லெனினைத் தோளில் தூக்கி உட்கார வைத்து ரயில் நிலையத்துக்கு வெளியில் இருந்த கவச வண்டிக்குக் கொண்டு வந்தனர். அந்த வண்டி மீது ஏறிய லெனின், ஒரு கம்பீரமான உரையை நிகழ்த்தினார். சோஷலிசப் புரட்சியின் வெற்றிக்காகப் போராடும்படி மக்களுக்கு அவர் அறைகூவல் விடுத்தார். 'சோஷலிசப் புரட்சி ஓங்குக' என்ற முழக்கத்துடன் அவர் தனது உரையை முடித்தார்.

லெனினுடைய வருகையும், அவரது உரையும் பெட்ரோகிராட் மக்களை மகிழ்ச்சி வெள்ளத்தில் ஆழ்த்தியது.

ரஷ்யாவில் மீண்டும் புரட்சி அலை வீசத் தொடங்கியது. இந்த முறை, பலமாக!

20

ஏப்ரல் ஆய்வுரை

ஏப்ரல் 4-ம் தேதியன்று காலையில், தொழி
லாளர்கள் மற்றும் ராணுவ வீரர் பிரதிநிதிகள்
கலந்துகொண்ட சோவியத்தின் அகில ரஷ்ய
மாநாடு நடைபெற்றது. இதில் 'நடப்புப்
புரட்சியில் தொழிலாளர் வர்க்கத்தின் கடமை
கள்' என்ற தலைப்பில் லெனின் பேருரை
ஆற்றினார். இந்த உரைதான் வரலாற்றுச்
சிறப்புமிக்க 'ஏப்ரல் ஆய்வுரை' என்ற பெய
ரினைப் பெற்றது. இது, முதலாளித்துவ ஜன
நாயகத்திலிருந்து சோஷலிசப் புரட்சிக்கு
மாறிச் செல்வதற்கான போராட்டத்துக்கு, ஒரு
விஞ்ஞான அடிப்படையிலான போராட்ட
திட்டமாக அமைந்தது.

இந்த ஆய்வுரை ரஷ்ய மற்றும் உலக மக்கள் முழு
வதையும் எதிர் நோக்கியுள்ள மிகவும் அவசரப்
பிரச்னையான யுத்தம் குறித்து, கட்சி எடுக்க
வேண்டிய அணுகுமுறையை விளக்கியது. தாற்
காலிக அரசாங்கத்தின்கீழ் ரஷ்யா நடத்தும்
யுத்தம், காலத்துக்கு ஒவ்வாதது; அந்த அரசாங்
கத்தின் முதலாளித்துவத் தன்மை, நோக்கங்கள்

மற்றும் கொள்கைகள் காரணமாக, இந்த யுத்தம் ஏகாதிபத்திய யுத்தம் என்று ஆய்வுரை சுட்டிக்காட்டியது.

பொருளாதார மற்றும் ராஜதந்திர ரீதியாக மிகவும் சக்திவாய்ந்த ஆங்கிலேய மற்றும் ஃப்ரெஞ்ச் ஏகாதிபத்தியங்களைச் சார்ந்திருப் பதால் ரஷ்யாவின் முதலாளித்துவ வர்க்கம் ஏகாதிபத்திய யுத்தத்தைத் தவிர வேறெந்த வகைப்பட்ட யுத்தத்தையும் நடத்த முடியாது என்று இந்த ஆய்வுரை கூறியது. மூலதனத்தின் அதிகாரம் தூக்கி எறியப்பட்டாலொழிய, அரசாங்க அதிகாரம் தொழிலாளர் வர்க்கம் மற்றும் அதை ஆதரிக்கும் விவசாய மக்களின் மிக ஏழைமைப்பட்ட பகுதியினருக்கு மாற்றப்பட்டாலொழிய, யுத்தத்துக்கு ஒரு முடிவு கட்டுவது சாத்தியமில்லை. அத்தகைய தோர் அரசாங்கம்தான் மக்களுக்கு, சமாதானம், உணவு மற்றும் சுதந்தரத்தை அளிக்க முடியும் என்பதுடன் நாட்டை சோஷலிசப் பாதைக்குக் கொண்டுசெல்லவும் முடியும்.

எனவே, தாற்காலிக அரசாங்கம் மீது எள்ளளவு நம்பிக்கையும் கிடையாது, எவ்வித ஆதரவும் கிடையாது, என்றும் அனைத்து அதிகாரங்களும் சோவியத்துகளுக்கே என்றும் போல்ஷெவிக்கு கள் முழங்குகிறார்கள் என்று அந்த ஆய்வுரை சுட்டிக் காண் பித்தது. இலக்கு என்பது ஒரு சோஷலிசப் புரட்சியின் வெற்றியே என்று அந்த ஆய்வுரை பிரகடனம் செய்தது.

தொழிலாளர் வர்க்கக் கட்சியின் பொருளாதாரத் திட்டம் என்ன என்பதை இந்த ஆய்வுரை தெளிவுபடுத்தியது.

1. நாட்டு நிலங்களைத் தேசிய உடைமையாக்குவது.

2. எஸ்டேட்டுகளைப் பறிமுதல் செய்து, அந்த நிலங்கள் அனைத்தையும் விவசாயத் தொழிலாளர்கள் மற்றும் விவசாயிகளின் ஸ்தல சோவியத் பிரதிநிதிகளின் கட்டுப் பாட்டின் கீழ் மாதிரிப் பண்ணைகளாக மாற்றுவது.

3. நாட்டில் உள்ள அனைத்து வங்கிகளையும் இணைத்து ஒரு தேசிய வங்கியாக மாற்றுவது.

4. தேசிய வங்கியை, தொழிலாளர் சோவியத்துகளின் கட்டுப் பாட்டின்கீழ் கொண்டு வருவது.

5. பொருள் உற்பத்தி மற்றும் விநியோகத்தை, தொழிலாளர் களின் கட்டுப்பாட்டின்கீழ் கொண்டு வருவது.

"தொழிலாளர் பிரதிநிதிகளுடைய சோவியத்துகள்தான் புரட்சி கரமான அரசாங்கத்துக்குச் சாத்தியமான ஒரே அமைப்பாக இருக்க முடியும். இதை மக்களுக்கு விளக்கிக் கூற வேண்டும். நம்முடைய வேலை என்னவென்றால் இந்த அரசாங்கம் எவ்வளவு நாள்களுக்கு முதலாளிகளுடைய செல்வாக்குக்கு அடிபணிகிறதோ அவ்வளவு நாள்களுக்கு அவர்களுடைய நடைமுறை கொள்கைத் தவறுகளை எடுத்துக்காட்டி, பொறுமையுடன் விளக்கப் பிரசாரம் செய்ய வேண்டும். நாம் எவ்வளவு நாள்களுக்குச் சிறுபான்மையாக இருக்கிறோமோ அவ்வளவு நாள்களுக்குத் தவறுகளை எடுத்துக் காட்டி அம்பலப்படுத்தி, கண்டித்து விமரிசனம் செய்துகொண்டே இருப்போம். இந்தக் காரியத்தைச் செய்கிறபோதே அரசாங்க அதிகாரம் முழுவதையும் தொழிலாளர் பிரதிநிதிகளுடைய சோவியத்துகளிடம் விட வேண்டிய அவசியத்தைக் குறித்தும் போதிப்போம்'' என்றார் லெனின்.*

உடனடியாக கட்சிக் காங்கிரசைக் (அகில ரஷ்ய மாநாடு) கூட்ட வேண்டுமென்று கூறிய லெனின், சமூக ஜனநாயகக் கட்சி என்ற பெயர் சந்தர்ப்பவாதிகளால் கறைபடியச் செய்யப்பட்டு விட்டதால் அதை மாற்றி கம்யூனிஸ்ட் கட்சி எனப் பெயரிட வேண்டும் என்று வலியுறுத்தினார்.

அதேபோல் இரண்டாவது கம்யூனிஸ்ட் அகிலம் என்பதன் பெயரும் சந்தர்ப்பவாதிகள், திருத்தல்வாதிகளால் சீரழிக்கப் பட்டுவிட்டதால், புதிதாக மூன்றாவது கம்யூனிஸ்ட் அகிலம் உருவாக்கப்படவேண்டும் என்றும் லெனின் கூறினார்.

அவருடைய இந்த ஆய்வுரையானது போல்ஷெவிக் கட்சி அமைப்புகளின் ஒற்றுமைக்கு ஒரு தத்துவார்த்த அடித்தளத்தை அமைத்துக் கொடுத்தது.

லெனினுடைய ஆய்வுரைகள் 'பிராவ்தா' ஏட்டில் ஏப்ரல் 7-ம் தேதியன்று வெளியானது. அடுத்த மூன்று வாரங்களுக்கு இது குறித்து பகிரங்க விவாதம் நடைபெற்றது. கட்சியின் முக்கிய ஊழியர்களும் கட்சி அமைப்புகளும் ஏப்ரல் கோட்பாட்டை ஆதரித்தன.

ஆனால் பிளக்கானோவும் வேறு சிலரும் ஏப்ரல் ஆய்வுரைகளைத் தவறானதென்று விமரிசனம் செய்தனர். அது அராஜகவாத

---

* லெனின் தேர்வு நூல்கள் (ஆங்கிலம்) பாகம் 5.

மானது என பிளக்கானோவ் கூறினார். வேறு சிலரோ லெனின் மார்க்சியத்தை நாசம் செய்கிறார் என்றனர்.

ஆனால் ஏப்ரல் 14-ம் தேதி நடைபெற்ற பெட்ரோகிராடு நகர போல்ஷெவிக்குகள் மாநாடு, லெனின் காட்டிய வழியை ஏற்றுக் கொண்டது. அதுதான் ரஷ்யாவிலேயே மிகப்பெரிய கட்சி அமைப்பாகும். அந்த மாநாடானது ரஷ்யாவை சோஷலிசப் புரட்சிக்காக தயார் செய்யும் பொருட்டு பெட்ரோகிராடு போல்ஷெவிக்குகள் செயலூக்கம் மிக்க நடவடிக்கைகளை எடுக்கவேண்டும் என அறைகூவல் விடுத்தது.

ஏப்ரல் 20-ம் தேதியன்று பெட்ரோகிராட் நகரில் தொழிலாளர்கள் மற்றும் ராணுவ வீரர்களின் பலம் வாய்ந்த அரசியல் ஆர்ப் பாட்டம் நடைபெற்றது. இது, தாற்காலிக அரசாங்கத்தின் ஏகாதி பத்தியக் கொள்கையைக் கண்டித்து நடத்தப்பட்டதாகும். இதே போன்ற ஆர்ப்பாட்டம் இதர நகரங்களிலும் நடைபெற்றது.

இந்த மாநாட்டுக்குப் பிறகு ஏப்ரல் 24-ம் தேதியன்று போல் ஷெவிக்குகளின் ஏழாவது அகில ரஷ்ய மாநாடு நடைபெற்றது. இந்த மாநாடும் ஒருமனதாக, சோஷலிசப் புரட்சி குறித்து லெனின் முன்வைத்த கொள்கையை அங்கீகரித்தது.

இந்த மாநாடு லெனின் தலைமையிலான கட்சியின் மத்தியக் குழுவைத் தேர்ந்தெடுத்தது.

ரஷ்யா ஒரு புதிய தொடக்கத்துக்குத் தயாராகிக் கொண்டு இருந்தது.

21

நேருக்கு நேர்

ஜூன் மாதத் தொடக்கத்தில் சோவியத்துகளின் அகில ரஷ்ய காங்கிரஸ் (மாநாடு) பெட்ரோ கிராட் நகரில் தொடங்கியது. 1,090 பிரதிநிதிகள் பங்கேற்ற இந்த மாநாட்டில் போல்ஷெவிக்குகள் 105 பேர் மட்டுமே. பிரதிநிதிகளில் பெரும் பாலோர் மென்ஷெவிக் சோஷலிஸ்ட் புரட்சி யாளர்கள் குழு மற்றும் அவர்களை ஆதரிப் பவர்கள்.

இதில் மென்ஷெவிக் கட்சியைச் சேர்ந்த ஒருவர் 'தாற்காலிக அரசாங்கமும், புரட்சிகர ஜனநாயக மும்' என்ற தலைப்பில் பேசினார். அதன்பின் மென்ஷெவிக்குகளின் தலைவரும் (தாற்காலிக அமைச்சரவையில் தபால் தந்தி அமைச்சராக இருந்தவர்) சோவியத் அரசாங்கம் அமைக்கப் பட வேண்டுமென்ற போல்ஷெவிக்குகளின் ஆலோசனையை நிராகரித்துப் பேசினார். அனைத்து ஜனநாயகக் கட்சிகளின் அணியைப் பலப்படுத்தி ஒரு கூட்டணி அரசாங்கத்தை அமைக்கவேண்டியது அவசியம் என்று கூறினார்.

திடீரென ஒரு சவாலையும் அவர் விடுத்தார். 'அதிகாரத்தை எங்களிடம் கொடுத்துவிட்டு வெளியேறுங்கள். உங்கள் இடத்தை நாங்கள் எடுத்துக் கொள்கிறோம்' என்று சொல்லக்கூடிய ஒரு தனி அரசியல் கட்சி ஏதாவது ரஷ்யாவில் இப்பொழுது இருக்கிறதா?

கூட்டம் அமைதியாக இருந்தது.

திடீரென ஒரு குரல்- 'அத்தகைய கட்சி ஒன்று உள்ளது.'

அரங்கின் மையப் பகுதியிலிருந்து அந்தக் குரல் வெளிப்பட்டது. ஒட்டுமொத்த கூட்டத்தினரும் கண்களைச் சுழற்றி உற்றுப் பார்த்தனர்.

லெனின், அமைதியாக எழுந்து நின்றார்.

பிறகு, விறுவிறுவென்று மேடைக்குச் சென்றார். உரத்த குரலில் முழங்கினார். 'ஆம். அத்தகையதொரு கட்சி இருக்கிறது. இதை எந்தக் கட்சியும் மறுக்க முடியாது. எங்கள் கட்சி நிச்சயம் மறுக் காது. அது எந்த வினாடியிலும் முழு அதிகாரத்தையும் எடுத்துக் கொள்ளத் தயாராக உள்ளது' என்று கூறிய லெனின் போல் ஷெவிக் நிலைப்பாட்டை விளக்கி விரிவாக உரையாற்றினார். அவரது குரலில் ஆவேசம் நிறைந்திருந்தது.

லெனினுக்கு ஒதுக்கப்பட்ட நேரம் முடிந்தபின்னும் அவருக்குக் கூடுதல் நேரம் ஒதுக்கவேண்டுமென்று மாநாட்டுப் பிரதிநிதிகள் அனைவரும் கோரினர். அப்படியானால் எந்த அளவுக்கு அவர் கூட்டத்தைத் தனது பேச்சினால் வசியப்படுத்தியிருந்தார் என் பதைப் புரிந்துகொள்ளலாம். புரட்சி சாத்தியமாகும் சமயத்தில் துரிதமாகச் செயல்படவேண்டியது அவசியம் என்றார். அதிகாரம் தொழிலாளர் வர்க்கத்துக்கு மாற்றப்படவேண்டும் என்று அறை கூவல் விடுத்தார்.

ஜூன் 9-ம் தேதியன்று இந்த மாநாட்டில் இரண்டாவது முறை யாகப் பேசும்பொழுது லெனின், யுத்தம் குறித்து ஆராய்ந்தார். சில முடிவுகளுக்கு வந்து சேர்ந்தார். உழைக்கும் வர்க்கங்களுக்கு, யுத்த வெற்றித் திட்டங்களில் ஆர்வம் கிடையாது. முதலாளித் துவ வர்க்கத்தின் ஏமாற்று வித்தை காரணமாக சோஷலிஸ்ட் புரட்சிக்காரர்களும், மென்ஷெவிக்குகளும் அதற்கு ஆதரவாக வாதாடும் நிலைப்பாட்டை எடுத்துள்ளனர். அரசாங்கத்தின் அயல்துறைக் கொள்கையை இவ்விரு பகுதியினரும் ஆதரிப்ப

தானது, புரட்சிகரத் தொழிலாளர்களையும் உழைக்கும் விவசாய மக்களையும் பெரும் குழப்பத்தில் ஆழ்த்தியுள்ளது. யுத்தம் என்பது பல்வேறு நாடுகளின் முதலாளித்துவ வர்க்கங்களுடைய ஏகாதிபத்தியக் கொள்கையின் தொடர்ச்சிதான் என்பதை மக்கள் இன்னமும் புரிந்துகொள்ளவில்லை. ஒரு சோஷலிசப் புரட்சி வெற்றியடைவதன் மூலமே யுத்தத்திலிருந்து விலகுவது என்பது சாத்தியம் என லெனின் உறுதிபடக் கூறினார்.

இந்த மாநாட்டுப் பிரதிநிதிகள், குறிப்பாக ராணுவ வீரர்கள், லெனினுடைய ஒவ்வொரு வார்த்தையையும் உன்னிப்பாகக் கவனித்தார்கள். அவர்களில் பலர், போல்ஷெவிக் நிலைப் பாடுகளைக் குறித்து தாங்கள் கொண்டிருந்த வெறுப்பைப் படிப்படியாக உதற ஆரம்பித்தனர். மென்ஷெவிக் மற்றும் சோஷலிஸ்ட் புரட்சித் தலைவர்கள் புரட்சியிலிருந்து அப்பட்ட மாகப் பின்வாங்குவதை இந்த மாநாடு வெளிப்படுத்தியது. இது லெனினுக்குக் கிடைத்த வெற்றி.

இதற்கிடையில் பொருளாதார சிரமம், விலைவாசி உயர்வு, தாற்காலிக அரசாங்கத்தின் கொள்கை மீது அதிருப்தி, எதிர்ப் புரட்சிக்காரர்களின் செயல்பாடுகள் குறித்த கோபம் ஆகிய வற்றால் பெட்ரோகிராடின் தொழிலாளர் வர்க்க மாவட்டங் களில் கொந்தளிப்பு ஏற்பட்டது.

ஜூன் 18-ம் தேதியன்று, 5 லட்சம் தொழிலாளர்களும், ராணு வத்தினரும், போல்ஷெவிக் முழக்கங்களை முழங்கியபடி பெட் ரோகிராட் நகரில் பவனி வந்தனர். இது, புரட்சிக்கான ஓர் அர சியல் ராணுவத்தை உருவாக்குவதில் போல்ஷெவிக் கட்சிக்கு, பெரும் முன்னேற்றம் ஏற்பட்டுள்ளதைக் கோடிட்டுக் காண் பித்தது.

இதே நாளில் தாற்காலிக அரசாங்க அமைச்சராக இருந்த கெரன்ஸ்கியின் பொறுப்பற்ற தாக்குதல் காரணமாக யுத்த முனையில் ஏராளமான ரஷ்ய ராணுவத்தினர் கொல்லப்பட்டனர். இதனால் கொந்தளிப்பு மேலும் அதிகரித்தது.

ஜூலை 3-ம் தேதியன்று தொழிலாளர்களும் ராணுவத்தினரும் சோவியத்துகளுக்கு அதிகார மாற்றம் கோரி பெட்ரோகிராட் தெருக்களில் பெரும் ஆர்ப்பாட்டம் நடத்தினர். கடந்த பல நாள்களாக நோயுற்றிருந்த லெனின், ஜூலை 4-ம் தேதியன்று காலையில் பெட்ரோகிராட் திரும்பினார்.

அன்று மதியத்தில், பெட்ரோகிராடின் அனைத்து மாவட்டங் களைச் சேர்ந்த 5 லட்சத்துக்கும் மேற்பட்ட தொழிலாளர்களும் பெட்ரோகிராட் ராணுவ முகாமின் ராணுவ வீரர்களும் பங் கேற்ற பிரும்மாண்டமான ஆவேச ஊர்வலம் பெட்ரோகிராட் நகரில் நடைபெற்றது, இந்த ஆர்ப்பாட்டமானது ரஷ்யாவின் முதலாளித்துவ வர்க்கத்தினரையும், மென்ஷெவிக் மற்றும் சோஷலிஸ்ட் புரட்சிக்காரர்களை மட்டுமல்ல, எதிர்ப்புரட்சி மனோபாவம் கொண்ட ராணுவத் தளபதிகளையும், ஆங்கி லேய-ஃப்ரெஞ்ச் ஏகாதிபத்தியவாதிகளையும் அதிரச் செய்து விட்டது. 'இது சாதாரண ஆர்ப்பாட்டமல்ல, சாதாரண ஆர்ப் பாட்டத்தை விடக் கணிசமான முறையில் மேம்பட்டது. ஆனால் ஒரு புரட்சிக்குக் குறைவானது' என்று லெனின் இது குறித்து விளக்கம் கொடுத்தார்.*

இந்த ஆர்ப்பாட்டக்காரர்கள் மீது தாற்காலிக அரசாங்கம் துப்பாக்கிச் சூடு நடத்தி, பலரை ரத்த வெள்ளத்தில் ஆழ்த்தியது.

அன்றிரவு பெட்ரோகிராட் போல்ஷெவிக் குழு மற்றும் போல் ஷெவிக் கட்சியின் மத்தியக் குழு உறுப்பினர்களின் கூட்டம் லெனின் தலைமையில் நடைபெற்றது. ஆர்ப்பாட்டக்காரர்கள், மாலுமிகள் மற்றும் ராணுவத்தினர் தங்களுடைய தொழிற்கூடங் களுக்கும் கப்பல்களுக்கும் ராணுவ முகாமுக்கும் அமைதியாகத் திரும்பிச் செல்ல வேண்டுமென்று இந்தக் கூட்டம் கேட்டுக் கொண்டது. போல்ஷெவிக் கட்சி அத்துடன் தனது முக்கியத் தலைவர்களையும் பாதுகாப்பாக வைத்தது.

அடுத்து வந்த நாள்களில் தாற்காலிக அரசாங்கம் ஒடுக்குமுறை நடவடிக்கைகளில் இறங்கியது. தொழிலாளர் இருப்பிடங்கள் சோதனையிடப்பட்டு அவர்களிடமிருந்த ஆயுதங்கள் கைப் பற்றப்பட்டன. புரட்சிகர மனோபாவம் கொண்ட படைப்பிரிவு கள் கலைக்கப்பட்டன. படையினர் பலர் கைது செய்யப் பட்டனர். தாற்காலிக அரசாங்கம் அனைத்து பெட்ரோகிராட் தொழிலாளர்களையும் நிராயுதபாணியாக்க வேண்டும், போர் முனையில் மரண தண்டனையை மீண்டும் கொண்டு வர வேண்டும், ஜூலை ஆர்ப்பாட்டத்தில் பங்கேற்றவர்களை

---

* லெனின் தேர்வு நூல்கள், பகுதி 25 (ஆங்கிலம்).

விசாரணையின்றித் தண்டிக்க வேண்டும் என்று பிரிட்டன் தூதர் புக்கனன் (Buchanan) என்பவர் கோரினார்.

போல்ஷெவிக் கட்சி மீதும் லெனின் மீதும் உடனடித் தாக்குதல் தொடங்கப்பட்டது.

அதே இரவில் போல்ஷெவிக் அலுவலகங்கள் சோதனையிடப் பட்டன. ஜூலை 5-ம் தேதி காலையில் பிராவ்தா ஆசிரியர் குழு அலுவலகம் அடித்து நொறுக்கப்பட்டது. அதற்குச் சற்று முன்னர் லெனின் அங்கிருந்து சென்றுவிட்டதால் அவர் உயிர் தப்பினார். ட்ரூட் அச்சுக்கூடமும் சோதனையிடப்பட்டது. லெனின் மீது அவதூறுகள் பொழியப்பட்டன. அவற்றை அம்பலப்படுத்தி போல்ஷெவிக் கட்சியின் மத்தியக் குழு அறிக்கை ஒன்றை வெளி யிட்டது.

ஜூலை 6-ம் தேதி மாலையில் போல்ஷெவிக் கட்சியின் மத்தியக் குழு உறுப்பினர்களுடன் லெனின் உடனடியாகச் செய்ய வேண்டிய வேலை குறித்து விவாதித்தார். அவர் தலைமறைவாக இருக்கவேண்டுமென்று அந்தக் கூட்டம் முடிவு செய்தது.

மறுநாள், தாற்காலிக அரசாங்கம் லெனினையும் இதர போல் ஷெவிக் தலைவர்களையும் கைது செய்ய உத்தரவிட்டது. அரசியல் சட்ட ஜனநாயகவாதிகள் மற்றும் மென்ஷெவிக்கு களின் பத்திரிகைகள் நீதிமன்றத்தில் லெனின் ஆஜராக வேண்டு மென்று கூறின. இதன் நோக்கம் முழுவதும் லெனின் ஒழித்துக் கட்டப்பட வேண்டும் என்பதுதான்.

தன்மீது பொழியப்பட்ட அவதூறுகளைக் கண்டு கோபமடைந்த லெனின், நீதிமன்றத்தில் ஆஜராகி அவதூறுகளை அம்பலப் படுத்தப்போவதாகக் கூறினார்.

ஆனால், லெனின் நீதிமன்றத்துக்குச் செல்லக் கூடாது என்று ஸ்டாலின் உறுதியாகக் கூறிவிட்டார். தாற்காலிக அரசாங்க ராணுவ அதிகாரிகள் லெனினை நீதிமன்றத்துக்குக் கொண்டு செல்ல மாட்டார்கள். அவரை வழியிலேயே கொன்று விடுவார் கள் என்று ஸ்டாலின் எச்சரித்தார்.

அன்று மாலை நடைபெற்ற போல்ஷெவிக் தலைவர்கள் கூட்டத் தில் ஸ்டாலின் உள்ளிட்ட தலைவர்கள் கலந்துகொண்டனர். லெனின் எக்காரணம் கொண்டும் நீதிமன்றத்துக்குச் செல்லக்

கூடாது என முடிவு செய்ததுடன், அவருக்கு ஒரு ரகசிய தங்கு மிடத்தையும் தேர்ந்தெடுத்தனர்.

பெட்ரோகிராடில் ஒடுக்குமுறை பல மடங்கு அதிகரித்தது. மணிக்கு மணி நிலைமை மோசமடைந்தது. செங்காவலர் படைப் பிரிவுகள் கலைக்கப்பட்டன. பெட்ரோகிராட் படைப்பிரிவு போர்முனைக்கு நிர்ப்பந்தமாக அனுப்பப்பட்டது. போல் ஷெவிக் பத்திரிகை அலுவலகங்கள் மூடப்பட்டன. ஜூலை 6-ம் தேதி இரவில், ராணுவத்தினர் லெனின் முன்பு தங்கியிருந்த வீட்டுக்குள் புகுந்து சோதனை செய்தனர். லெனினைத் தேடினர். அவர் இல்லாததால் திரும்பிச் சென்றனர். மீண்டும் இரண்டு நாள்கள் கழித்து அதே இடத்தைச் சோதனையிட்டனர். துப்பாக்கி யிலுள்ள கத்தியைக் கொண்டு அலமாரிகளைக் குத்தி உடைத் தனர். பின்னர் லெனினுடைய துணைவியார் குரூப்ஸ்கயாவை யும் வீட்டு வேலைக்கான உதவியாளரையும் கைது செய்து கொண்டு சென்றனர். அவர்கள் பின்னர் விடுவிக்கப்பட்டனர்.

லெனினைத் தேடும் பணி முடுக்கிவிடப்பட்டது.

இனியும் லெனினை பெட்ரோகிராடில் வைத்திருப்பது ஆபத் தானது என்ற முடிவுக்கு வந்த கட்சியின் மத்தியக் குழு அவரை ரஸ்லிங் ரயில் நிலையம் அருகில் உள்ள ஓரிடத்தில் பாது காப்பாகத் தங்க வைத்தது. அந்த ரயில் நிலையமானது ரஷ்ய-பின்லாந்து நாட்டின் எல்லையில் இருந்தது. தேவைப்பட்டால் லெனினைச் சுலபமாக பின்லாந்து நாட்டுக்குள் கொண்டு செல்லலாம் என்று அவர்கள் நினைத்தனர்.

லெனினின் வாழ்வில் பல அத்தியாயங்கள் ஆச்சரியம் நிறைந் தவை. தலைமறைவாக இருக்கும்பொழுது அடிக்கடி தனது தோற்றத்தை மாற்றிக்கொள்வார். இன்று மீசை இருக்கும், தாடி இருக்கும். மறுநாள் இரண்டுமே இருக்காது. இரண்டு நாள்கள் கழிந்தால் கற்றை கற்றையாகத் தாடி முளைத் திருக்கும்.

தற்போது அவர் ஒரு பின்லாந்து விவசாயியாக மாறியிருந்தார். 9-ம் தேதி மாலை தோழர்களுடன் இரவு ரயிலில் பயண மானார்.

வைக்கோல் போர் குவித்து வைக்கப்பட்டிருந்த ஓர் இடத்தில் லெனின் தங்கினார். ஆனால், அவரைத் தேடி ரகசியக் காவல்

துறையினர் அந்தப் பகுதிக்கும் வந்துகொண்டிருந்ததால் அங்
கிருந்து அவர் சதுப்பு நிலப் பகுதி ஒன்றிலிருந்த வீட்டுக்குக்
கொண்டுசெல்லப்பட்டார். பெட்ரோகிராடிலிருந்து வெளி
யாகும் செய்தித்தாள்கள் அனைத்தும் அவருக்குக் கிடைக்க
கட்சி ஏற்பாடு செய்திருந்தது. தாற்காலிக அரசாங்கம்,
லெனினைப் பிடித்துத் தருபவருக்குப் பெரும் தொகை
கொடுக்கப்படும் என்று அறிவித்தது.

22

லெனின் காட்டிய வழி

போல்ஷெவிக் கட்சிக்கும், தொழிலாளர்களுக் கும் வழி காண்பிப்பதற்காக லெனின் தனது தலைமறைவு மையத்தில் இருந்துகொண்டு கட்டுரைகளும் பிரசுரங்களும் எழுதினார். 'அரசியல் நிலைமை', 'புரட்சியின் படிப்பினை கள்', 'அரசியல் சட்டப் பிரமைகள்' ஆகிய மூன்று கட்டுரைகளையும், 'முழக்கங்கள் குறித்து' என்ற பிரசுரத்தையும் அவர் எழுதினார். ஜூலை சம்பவங்களைத் தொடர்ந்து உருவாகி யுள்ள அரசியல் நிலைமை மாற்றங்களைச் சுட்டிக் காண்பித்த லெனின், புதிய நிலைமை களில் போல்ஷெவிக் கட்சி பின்பற்றவேண்டிய உடனடி நடைமுறைக் கொள்கைகளை வரை யறை செய்தார்.

புரட்சி அமைதியற்ற காலத்துக்குள் நுழைந்து விட்டது. எதிர்ப்புரட்சி முதலாளித்துவ வர்க்கத் தின் அதிகாரத்தை இனி பலத்தின் மூலம்தான் தூக்கியெறிய முடியும் என்று கூறிய லெனின், போல்ஷெவிக்குகளுக்கு ஓர் அறைகூவல் விடுத் தார். ஜார் ஆட்சியின் கீழ் 1912-14 வருஷங்களில்

செய்தது போல் அவர்கள் சட்டபூர்வ போராட்ட வடிவங்களைச் சட்ட விரோதமான போராட்ட வடிவங்களோடு இணைத்து, ஓர் ஆயுத எழுச்சிக்காகத் தங்கள் சக்தி முழுவதையும் பயன்படுத்த வேண்டுமென்று இந்த அறைகூவலில் அவர் கேட்டுக் கொண்டார்.

லெனின் தன் எழுத்துகளில் மற்றொன்றையும் வலியுறுத்தினார். ‘அனைத்து அதிகாரங்களும் சோவியத்துக்களுக்கே’ என்ற முழக்கத்தைத் தாற்காலிகமாக நிறுத்தி வைக்கவேண்டும் என்றார். இந்த முழக்கமானது (ஜுலை 4-ம் தேதி வரைப்பட்ட) புரட்சியின் அமைதி வழிப்பட்ட காலகட்டத்துக்குப் பொருத்த மானது. ஆனால் தற்பொழுது இந்த சோவியத்துகளில் சோஷ லிஸ்ட் புரட்சிக்காரர்களும் மென்ஷெவிக்குகளும் ஆதிக்கம் செலுத்துவதால் இந்த முழக்கம் இப்பொழுது சரியாக இருக்காது என்று லெனின் கூறினார். மேலும், அரசாங்க அதிகாரத்தை இத்தகைய சோவியத்துகளுக்கு மாற்றவேண்டுமென்று அறை கூவல் விடுவது மக்களை ஏமாற்றுவதற்குச் சமமாகும் என்பதையும் சுட்டிக் காண்பித்தார்.

இந்த முழக்கத்தை தாற்காலிகமாக நிறுத்துவதானது, சோவியத் குடியரசு என்பது ஒரு புதிய வகைப்பட்ட அரசாக இருக்குமென்ற கருத்தை கைவிட்டதாகாது என்பதையும் லெனின் தெளிவு படுத்தினார். ரஷ்யாவில் தோன்றும் ஒரு புதிய எழுச்சியானது முழு அதிகாரத்தைக் கொண்ட சோவியத்துகள் தோன்ற வழி செய்யும் எனவும் லெனின் நம்பிக்கை தெரிவித்தார். சோஷலிசப் புரட்சி வெற்றியடைந்தவுடன் சோவியத் மாதிரியில் முழு அரசாங்கத்தையும் போல்ஷெவிக்குகள் உருவாக்குவார்கள் என்றும் லெனின் கூறினார்.

இந்தப் பின்னணியில் போல்ஷெவிக் கட்சியின் ஆறாவது காங் கிரஸ் (மாநாடு) ஜுலை 26-ம் தேதியிலிருந்து ஆகஸ்ட் மாதம் 3-ம் தேதி வரை பெட்ரோகிராட் நகரில் ரகசியமாக நடை பெற்றது. நடைபெறப்போகும் செய்திதான் அறிவிக்கப்பட்டதே தவிர, எங்கே நடைபெறும் என்று அறிவிக்கப்படவில்லை. இந்த மாநாட்டில் வாக்களிக்கும் உரிமை படைத்த 157 பிரதிநிதிகளும், கருத்து கூறும் உரிமை மட்டும் பெற்றிருந்த 128 பிரதிநிதிகளும் கலந்துகொண்டனர். இவர்கள் 2 லட்சத்து 40 ஆயிரம் உறுப்பினர் களைப் பிரதிநிதித்துவப்படுத்தினர்.

இந்த மாநாட்டில் மத்தியக் குழுவின் அரசியல் அறிக்கையைச் சமர்ப்பித்து ஸ்டாலின் உரையாற்றினார். முதலாளிகளின் அடக்கு முறையையும்மீறி நாளுக்கு நாள் புரட்சி வளர்ந்து வருவதை அவர் தெளிவாக எடுத்துரைத்தார். புரட்சி முன்வைத்துள்ள வேலைகளை அவர் விளக்கி அவற்றை எவ்வாறு நிறைவேற்ற வேண்டியுள்ளது என்பதையும் சுட்டிக் காண்பித்தார். பொருள் உற்பத்தியிலும் விநியோகத்திலும் தொழிலாளர்களின் அதிகார நிர்வாகத்தை ஸ்தாபிப்பது, விவசாயிகளுக்கு நிலத்தை வழங்கு வது, முதலாளிகளிடமுள்ள அதிகாரத்தைத் தொழிலாளர் வர்க் கத்தினிடமும் ஏழை விவசாயி வர்க்கத்தினிடமும் மாற்றுவது ஆகியவையே இத்தகைய உடனடிப் பணிகள் என்று ஸ்டாலின் தெளிவுபடுத்தினார்.

அவர் மேலும் பேசுகையில், புரட்சி சமாதானமான முறையில் வளர்வதற்கான சகல வாய்ப்புகளும் மறைந்துவிட்டன. தாற் காலிக அரசாங்கத்தை ஆயுதபலம் கொண்டு வீழ்த்தி பலாத் காரமாக அதிகாரத்தை எடுத்துக்கொள்வதுதான் ஒரேவழி. ஏழை விவசாயிகளுடன் கூட்டுறவைக் கொண்டுள்ள தொழிலாளர் வர்க்கம் ஒன்றால்தான் பலாத்காரமாக அதிகாரத்தை எடுக்க முடியும். என்று உறுதியாகக் கூறினார். 'சமாதானமான முறையில் புரட்சி வளர்ச்சியடைகிற காலம் முடிவடைந்து விட்டது. கை கலப்புகளும், அதிர் வெடிகளும் நிரம்பிய காலம் ஆரம்பமாகி விட்டது' என்று ஸ்டாலின் பிரகடனம் செய்தார்.*

இந்த மாநாட்டில் டிராட்ஸ்கியின் ஆதரவாளரான ப்ரியோ பிரஜன்ஸ்கி என்பவர் ஒரு தீர்மானத்தை முன்மொழிந்தார். 'மேற்கு ஐரோப்பிய நாடுகளில் தொழிலாளர் வர்க்கப் புரட்சி ஏற்பட்டால்தான், ரஷ்யாவை சோஷலிசத்தை நோக்கி வழி நடத்த முடியும்' என்று அவர் முன்மொழிந்த தீர்மானத்தை ஸ்டாலின் நிராகரித்தார்.

'சோஷலிசத்துக்கு வழிசெய்யக்கூடிய நாடாக ரஷ்யா விளங்கு வதற்கான சந்தர்ப்பங்கள் எதுவும் நீங்கி விடவில்லை. ஐரோப்பா வினால்தான் நமக்கு வழிகாட்ட முடியும் என்ற மக்கிப்போன கருத்தை நாம் ஒதுக்கிவிட வேண்டும். இரண்டு விதமான மார்க் சியம் உண்டு. ஒன்று வறட்டுச் சூத்திர மார்க்சியம். மற்றொன்று

* சோவியத் கம்யூனிஸ்ட் கட்சி வரலாறு (போல்ஷெவிக்).

படைப்பு மார்க்சியம். இதில் இரண்டாவது மார்க்சியத்தையே நான் பின்பற்றுகிறேன்' என்று ஸ்டாலின் பதில் சொன்னார்.

புக்காரின் என்பவர் பேசும்பொழுது, விவசாயிகள் யுத்தத்தை ஆதரிக்கிறார்கள். ஒரு பெரும்பகுதியினர் முதலாளிகளை ஆதரிக்கிறார்கள். ஆகவே, தொழிலாளர் வர்க்கத்தைப் பின்பற்றி இவர்கள் சோஷலிசப் புரட்சியில் சேரமாட்டார்கள் என்று கூறினார். இதுவும் தவறான வாதம் என ஸ்டாலின் பதில் கூறினார். விவசாயிகளில் பல பிரிவினர் உள்ளனர். பணக்கார விவசாயிகள் ஏகாதிபத்திய முதலாளி வர்க்கத்தினரை ஆதரிக்கிறார்கள். மற்றொரு பகுதியினரான ஏழை விவசாயிகள் தொழிலாளர் வர்க்கத்தின் கூட்டுறவை நாடுகின்றனர். இந்தப் பகுதியினர் புரட்சியின் வெற்றிக்காக நடத்தப்படும் போராட்டத்தில் நிச்சயம் தொழிலாளர் வர்க்கத்தை ஆதரிப்பார்கள் என்று ஸ்டாலின் பதில் அளித்தார்.

இரண்டு திருத்தங்களையும் மாநாடு நிராகரித்தது.

லெனின் நீதிமன்றத்துக்குச் செல்லவேண்டும் என்று இந்த மாநாட்டுக்கு முன்பே காமனெவ், ரைகோவ், டிராட்ஸ்கி ஆகியவர்கள் கூறியிருந்ததை இந்த மாநாடு நிராகரித்தது.

இந்த மாநாடு புதிய கட்சி விதிகளை ஏற்றுக்கொண்டது. மத்தியத்துவவாதிகளையும் (மெஸ்ராயோன்ட்ஸி) அவர்களின் தலைவர் டிராட்ஸ்கியையும், போல்ஷெவிக் கட்சியில் சேர அனுமதித்தது.

இந்தப் பிரிவினர் போல்ஷெவிக்குகளுக்கும் மென்ஷெவிக்குகளுக்கும் நடுவில் ஊசலாடினர்.

ஆறாவது மாநாடு நடைபெற்றபோது, சகல விஷயங்களிலும் போல்ஷெவிக் கொள்கையைப் பரிபூரணமாக ஆதரிப்பதாகவும், தங்களை போல்ஷெவிக் கட்சி உறுப்பினர்களாகச் சேர்த்துக் கொள்ள வேண்டுமென்றும் அவர்கள் கேட்டுக்கொண்டனர். காலப்போக்கில் அவர்கள் திருந்தி உண்மையான போல்ஷெவிக்குகளாக மாறுவார்கள் என்ற நம்பிக்கையில் இந்த மாநாடு அவர்களைக் கட்சியில் சேர்த்துக்கொண்டது. இறுதிப் போராட்டத்துக்குத் தயாராகும்படி உணர்ச்சிமிகு அறைகூவல் ஒன்றை விடுத்தது.

'ஆயுதம் தாங்கி தோளோடு தோள் நிற்கும் தோழர்களே! தயாராகுங்கள்! புதிய சண்டைகளுக்கு ஆயத்தமாகுங்கள்! உறுதி யாக வீரத்துடன், பதற்றமின்றி நிதானமாக, ஆத்திரமூட்டல் களுக்கு இரையாகாமல் உங்களுடைய சக்திகளைத் திரட்டுங்கள்! உங்களுடைய போராட்டப் படைகளை அமையுங்கள்! தொழிலாளர்களே! ராணுவ வீரர்களே! கட்சிக்கொடியின் கீழ் திரளுங்கள்! கிராமப் புறங்களில் ஒடுக்கப்பட்டுக் கிடக்கும் மக்களே! கட்சிக்கொடியின் கீழ் திரளுங்கள்!'

23

தளபதியின் கலகமும் எதிர்விளைவும்

ரஷ்ய நாட்டின் முழு அதிகாரங்களையும் கைப் பற்றிய முதலாளித்துவ வர்க்கம், தன்னை ஆதரித்ததன்மூலம் பலவீனப்பட்டுவிட்ட சோவி யத்துகளை முற்றிலும் ஒழித்துவிட்டு, தனது சர்வாதிகாரத்தை நிலை நிறுத்தும் பணியில் இறங்கியது. போர்முனைகளில் 'யுத்தம் கூடாது' என்று குரல் எழுப்பிய ராணுவ வீரர்கள் தண்டனைக்கு உள்ளாகினர். பலர் தூக்கில் போடப்பட்டனர். இந்தத் தூக்குத் தண்டனையை உள்நாட்டிலும் அமல்படுத்த வேண்டுமென்று ரஷ்யாவின் பிரதமத் தளபதி கோர்னிலாவ் என்பவன் ஆகஸ்ட் முதல் தேதியன்று தாற்காலிக அரசாங்கத்தை வற்புறுத்தினான்.

அந்த அரசாங்கமானது, முதலாளித்துவ-நிலப் பிரபுத்துவ சக்திகளை ஒன்று திரட்டுவதற்காக அரசாங்க கவுன்சில் ஒன்றை ஆகஸ்ட் 12-ம் தேதியன்று மாஸ்கோவில் கூட்டியது. இதில் முத லாளித்துவ வர்க்கத்தினர், நிலப்பிரபுக்கள், அதி காரிகள், ராணுவத் தளபதிகள் மற்றும் கோசாக்கு களின் பிரதிநிதிகள் கலந்து கொண்டனர்.

இந்தக் கூட்டம் கூட்டப்படுவதைக் கண்டித்து அன்றைய தினம் மாஸ்கோவில் பொது வேலை நிறுத்தம் செய்யவேண்டுமென போல்ஷெவிக்குகள் அறைகூவல் விடுத்தனர். இதில் பெருவாரி யான தொழிலாளர்கள் பங்கேற்றனர். வேறு சில இடங்களிலும் அன்று வேலை நிறுத்தம் நடந்தது.

அரசாங்க கவுன்சில் கூட்டத்தில் பேசிய சோஷலிஸ்ட் புரட்சிக் காரனும் தாற்காலிக அரசாங்கத்தில் அமைச்சராக இருந்தவனு மான கெரன்ஸ்கி, நிலப்பிரபுக்களின் நிலங்களைக் கைப்பற்ற விவசாயிகள் செய்யும் முயற்சியும், புரட்சி இயக்கம் செய்யும் முயற்சியும் ரத்த வெள்ளத்தில் நாசமாக்கப்படும் என மிரட்டி னான். தளபதி கோர்னிலாவ் பேசுகையில், சோவியத்துகளை யும் குழுக்களையும் அழித்து ஒழிக்க வேண்டுமெனக் கூறினான்.

'புரட்சிக்கு எதிராக உடனடி நடவடிக்கை எடுக்கவேண்டும். இதில் தாமதம் செய்யக் கூடாது' என பிரிட்டிஷ் நாடுகளின் பிரதிநிதிகள், தளபதி கோர்னிலாவிடம் கூறினர்.

புரட்சிக்கு எதிராக கோர்னிலாவ் பகிரங்கமாகவே சதியில் இறங்கினான். இந்த எதிர்ப்புரட்சி நடவடிக்கை குறித்து அவன் ஏற்கெனவே கெரன்ஸ்கியுடன் ஓர் உடன்பாட்டைச் செய்திருந் தான். மக்களுடைய கவனத்தை வேறு திசையில் திருப்புவதற் காக, ஆகஸ்ட் 27-ம் தேதியன்று போல்ஷெவிக்குகள் பெட்ரோ கிராடில் ஆயுத எழுச்சி நடத்தப் போகிறார்கள் என்ற வதந்தியைப் பரப்பினான்.

இதை வைத்து தாற்காலிக அரசாங்கம் போல்ஷெவிக்குகள் மீது கண் மூடித்தனமான தாக்குதலைக் கட்டவிழ்த்து விட்டது. அதே நேரத்தில் கோர்னிலாவ், ஏராளமான எண்ணிக்கையில் ராணுவத்தினரைக் குவிக்க ஆரம்பித்தான். அவன் நோக்கம் முழுவதும் பெட்ரோகிராட் மீது படையெடுப்பு நடத்தி அங் கிருந்த சோவியத் ஆட்சியை வீழ்த்தி ராணுவ சர்வாதிகாரத்தை உருவாக்குவது என்பதேயாகும்.

ஆகஸ்ட் 25-ம் தேதியன்று 'தாய்நாட்டைப் பாதுகாக்க விரும்புகிறேன்' என்று கோர்னிலாவ் ஒரு பிரகடனம் செய்து ஜெனரல் கிரைமோவ் என்பவனது தலைமையில் பெட்ரோ கிராட் மீது குதிரைப் படையை ஏவினான்.

கோர்னிலாவின் கலகத்தை ஒடுக்கும்படி போல்ஷெவிக் கட்சியின் மத்தியக்குழு, தொழிலாளர்களுக்கும் ராணுவத்தின ருக்கும் அறைகூவல் விடுத்தது. அவர்களுக்கெதிராக ஆயுதம் தாங்கிப் போரிடும்படி அது கேட்டுக்கொண்டது. இதைக் கேட்டதும் தொழிலாளர்கள் உடனடியாக ஆயுதங்களைத் திரட்டினர். தொழிற் சங்கங்கள், தங்கள் உறுப்பினர்களைத் திரட்டின. புரட்சி மனோபாவம் கொண்ட ராணுவ வீரர்களின் பிரிவுகள் போருக்குத் தயார் செய்யப்பட்டன. பதுங்கி நின்று போரிட பெட்ரோகிராட் நகரைச் சுற்றிப் பதுங்கு குழிகள், இரும்பு முள்வேலிகள் அவசர அவசரமாக அமைக்கப்பட்டன. ரயில்களில் கலகக்கார ராணுவத்தினர் வர முடியாதபடிச் செய்ய தண்டவாளங்கள் பெயர்க்கப்பட்டன.

இவற்றைக் கேள்விப்பட்ட கெரன்ஸ்கி, கோர்னிலாவ் செயல் களுக்கும் தனக்கும் சம்பந்தமில்லை என்று பயத்தில் கூறினான்.

பெட்ரோகிராட் நகரைப் பாதுகாக்க குரோன்ஸ்டாட் கடற்படை தளத்திலிருந்த கடற்படை வீரர்கள் ஓடோடி வந்தனர்.

புரட்சியாளர்களின் எழுச்சி கோர்னிலாவ் கலகத்தை ஒடுக்கி யது. ஜெனரல் கிரைமோவ் தற்கொலை செய்துகொண்டான். கோர்னிலாவ் மற்றும் அவனுடைய கூட்டாளிகள் இருவர் கைது செய்யப்பட்டனர். ஆனால், சில நாள்கள் கழித்து கெரன்ஸ்கி இவர்கள் அனைவரையும் விடுதலை செய்து விட்டான்.

கோர்னிலாவ் கலகத்தை போல்ஷெவிக்குகள் தலைமையிலான புரட்சிகர சக்திகள் ஒடுக்கியதானது சோவியத்துகள் மற்றும் புரட்சி சக்திகளின் பலத்தை நிரூபித்துக் காண்பித்தது. தொழி லாளர் பிரதிநிதிகளையும், ராணுவப் பிரதிநிதிகளையும் கொண்ட சோவியத்துகளுக்கு இந்தப் போராட்டம் புதிய தெம்பை அளித் தது. அவர்களைப் புரட்சிப் போராட்ட வழியில் போல்ஷெவிக் கட்சியின் பக்கம் சேரும்படிச் செய்தது. போல்ஷெவிக் கட்சியின் பலம் பல மடங்கு பெருகியது. இது விவசாய மக்களுக்கு இருந்த ஊசலாட்டத்தையும் கைவிடச் செய்து, போல்ஷெவிக் கட்சி பக்கம் அவர்களைத் திருப்பியது.

செப்டெம்பர், அக்டோபர் மாதங்களில் விவசாயிகள், நிலப் பிரபுக்களின் பண்ணைகளைக் கைப்பற்றத் தொடங்கினார்கள்.

இதே நேரத்தில் தொழிற் கூடங்களிலும் மில்களிலும் ராணுவத் தினரிடையேயும் புதிய சோவியத்துகளுக்குத் தேர்தல்கள் நடை பெறத் தொடங்கின. மென்ஷெவிக்குகள், சோஷலிஸ்ட் புரட்சி யாளர்கள் தோற்கடிக்கப்பட்டு போல்ஷெவிக் வேட்பாளர்கள் தேர்ந்தெடுக்கப்பட்டனர். பெட்ரோகிராட் சோவியத், போல் ஷெவிக் கொள்கையை ஏற்றுக்கொண்டது. அந்நகரின் சோவியத் தலைமைக் குழுவிலிருந்த மென்ஷெவிக்குகள், சோஷலிஸ்ட் புரட்சிக்காரர்கள் ராஜினாமா செய்தனர். அதேபோல் மாஸ்கோ சோவியத்திலும் நடைபெற்றது. அந்த இடங்களில் போல்ஷெ விக்குகள் தேர்ந்தெடுக்கப்பட்டனர். எனவே 'சகல அதிகாரங் களும் சோவியத்துகளுக்கே' என்ற முழக்கம் மீண்டும் முழங்கப் படலாயிற்று.

இந்தப் பின்னணியில் அகில சோவியத்துகளின் இரண்டாவது காங்கிரசைக் (மாநாட்டை) கூட்டுவதற்கு போல்ஷெவிக்குகள் பெரும் தயாரிப்பில் இறங்கினர். இந்த மாநாட்டில் தங்களுக்குப் பெரும்பான்மை கிடைக்கும் என அவர்கள் உறுதியாக நம்பினர். ஆனால், அகில ரஷ்ய மத்திய நிர்வாகக் குழுவிலிருந்த மென்ஷெவிக்குகளும், சோஷலிஸ்ட் புரட்சிக்காரர்களும் மாநாட்டைக் கூட்ட விரும்பவில்லை. விதவிதமான சாக்குப் போக்குகளைக் காட்டினர். ஆனால், போல்ஷெவிக்குகள் சோவியத்துகள் மாநாடு கூட்ட வேண்டுமென்பதில் உறுதியாக இருந்ததால் மென்ஷெவிக்குகள் அதைக் கூட்ட சம்மதித்தனர்.

நவம்பர் மாத ஆரம்பத்தில் அகில ரஷ்ய சோவியத்துகளின் கூட்டத்துக்கு அழைப்புகள் அனுப்பப்பட்டன.

24

புரட்சியை நடத்தும் விதம்

பின்லாந்து நாட்டில் இருந்தவாறே ரஷ்ய நிலைமைகளை உன்னிப்பாகக் கவனித்து வந்த லெனின், ஒரு விஷயத்தை வலியுறுத்திக் கூறினார். மாஸ்கோ மற்றும் பெட்ரோகிராடு ஆகிய இரண்டு நகரங்களிலும் போல்ஷெவிக்குகள் பெரும்பான்மையைப் பெற்று விட்டதனால் அவர்கள் அரசாங்க அதிகாரம் முழுவதையும் தங்கள் கரங்களில் எடுத்துக் கொள்ள வேண்டும், அவ்வாறு அவர்களால் செய்ய முடியும் என்று திட்டவட்டமாகக் கூறினார்.

புரட்சியின் வெற்றியை உறுதி செய்திட ராணுவம், கடற்படை மற்றும் செந்தொண்டர் படைகளை எவ்வாறு பயன்படுத்த வேண்டும், எந்தெந்த முக்கிய இடங்களை முதலில் பிடிக்க வேண்டும் என்பது குறித்து போல்ஷெவிக் கட்சியின் மத்தியக் குழுவுக்கும், போல்ஷெவிக் அமைப்புகளுக்கும் எழுதிய கடிதங்களில் ஒரு திட்டத்தை உருவாக்கிக் கொடுத்தார்.

'ஒரு பார்வையாளரின் ஆலோசனை' என்ற தலைப்பிலான கடிதத்தில் லெனின் பின்வருமாறு கூறினார்:

1. புரட்சியில் ஒருபோதும் விளையாடக் கூடாது. ஒருமுறை தொடங்கிவிட்டால் இறுதிவரை உறுதியாகச் செல்ல வேண்டும்.

2. திட்டவட்டமான சமயத்தில், திட்டவட்டமான நேரத்தில் மிக அதிகமான ராணுவத்தினரைப் பயன்படுத்த வேண்டும்; இல்லையென்றால் நல்ல தயாரிப்பு மற்றும் அமைப்பு சாதகத்தைப் பெற்றிருக்கிற எதிரி, எழுச்சியாளர்களை நாசம் செய்துவிடுவான்.

3. எழுச்சி ஒருமுறை தொடங்கிவிட்டால் மிக உறுதியுடன் செயல்பட வேண்டும்; அனைத்தையும் கொண்டு தவறாமல் தாக்குதலில் இறங்க வேண்டும். தற்காப்பு என்பது ஒவ்வொரு ஆயுத எழுச்சியின் மரணமாகவே முடியும்.

4. எதிரியின் படைகள் சிதறிக் கிடக்கும்போது, அவனைத் திக்கு முக்காடச் செய்து அந்த வாய்ப்பை பயன்படுத்திக்கொள்ள வேண்டும்.

5. எவ்வளவு சிறிதானாலும்கூட நீங்கள் தினமும் வெற்றிபெற முயற்சி செய்யவேண்டும் (ஒரு நகரமாக இருந்தால் ஒவ் வொரு மணி நேரத்திலும் என்று கூடக் கூறலாம்) என்பதுடன் என்ன நேரிட்டாலும் தார்மீக மேலாதிக்கத்தைப் பராமரிக்க வேண்டும்.*

மேலும், போல்ஷெவிக்குகள் பெட்ரோகிராட் மீது துரிதமான தாக்குதல் நடத்த வேண்டும் என்றும், நகருக்குள்ளும் நகருக்கு வெளியேயும் ஒரே நேரத்தில் அதை நடத்த வேண்டுமென்றும் லெனின் வலியுறுத்தினார். அத்துடன் கடற்படை முழுவதும் இந்தத் தாக்குதலில் ஈடுபடுத்தப்பட வேண்டுமென்றும் லெனின் கூறினார். தொலைபேசி நிலையங்கள், தந்தி அலுவலகங்கள், ரயில்வே நிலையங்கள், அனைத்துக்கும் மேலாக பாலங்களைக் கைப்பற்றும் பொருட்டு கடற்படை, தொழிலாளர்கள் மற்றும் ராணுவப் பிரிவுகளை ஒன்றிணைக்க வேண்டியது அத்தியா வசியமானது என்று லெனின் சுட்டிக் காண்பித்தார். முக்கிய

---

* லெனின் தொகுப்பு நூல்கள் (ஆங்கிலம்) தொகுப்பு 26.

இடங்களைக் கைப்பற்றவும், அனைத்து முக்கிய நடவடிக்கை களில் பங்கேற்கும் பொருட்டும் அதிரடிப் பிரிவுகள், இளம் தொழிலாளர்கள் மற்றும் சிறந்த கடற்படையினரைத் தேர்ந் தெடுத்து, அவர்களைக் கொண்டு சிறு சிறு பிரிவுகளை உண் டாக்க வேண்டுமென்றும் லெனின் மேலும் கூறினார்.

இந்தப் பின்னணியில் பின்லாந்திலிருந்து அக்டோபர் 20-ம் தேதி யன்று பெட்ரோகிராட் நகருக்கு லெனின் ரகசியமாகத் திரும்பி வந்தார். அக்டோபர் 23-ம் தேதியன்று போல்ஷெவிக் கட்சியின் மத்தியக் குழுக் கூட்டம் நடைபெற்றது. இக்கூட்டத்துக்கு லெனின் தலைமை தாங்கினார்.

அவருடைய வழிகாட்டலின் கீழ், இந்தக் கூட்டமானது வர லாற்றுப் பிரசித்த பெற்ற ஓர் அறைகூவலை விடுத்தது.

'ரஷ்யப் புரட்சியின் சர்வதேச நிலையையும், ராணுவ நிலைமை யையும்* மத்தியக் குழு உணர்கிறது. தொழிலாளர் வர்க்கக் கட்சி சோவியத்துகளில் பெரும்பான்மை பெற்றிருக்கிறது. இதையும் மத்தியக் குழு உணர்கிறது. கடைசியாக, கோர்னிலாவ் செய்தது போல் இன்னொரு தடவை சோவியத்துகளை வீழ்த்துவதற்குச் செய்யப்படும் பகிரங்க முயற்சிகளை** சேர்த்துக் கவனித்தால், உடனடியாக ஆயுதம் தாங்கிக் கிளம்புவதுதான் இன்றைய வேலையாகிறது.

'ஆகவே, ஆயுதம் தாங்கிய எழுச்சியைத் தவிர்க்க முடியாது என்பதையும், அதற்கு வேண்டிய நிலைமைகள் பக்குவப் பட்டிருக்கின்றன என்பதையும் கவனித்து, இதற்கு ஏற்றவாறு நடந்துகொள்ள வேண்டும் என்று கட்சி அமைப்புகள் அனைத் துக்கும் மத்தியக் குழு கட்டளையிடுகிறது.'

---

* உலக சோஷலிசப் புரட்சி நடப்பதற்கு வேண்டிய நிலைமைகள் ஐரோப்பா முழுவதிலும் வளர்ந்திருப்பதை ஜெர்மன் கடற்படையில் ஏற்பட்ட கலகம் குறிக்கிறது. ரஷ்யாவில் புரட்சி நடக்காமல் தடுப்பதற்கு ஏகாதிபத்திய உலகம் நம்மை பயமுறுத்துகிறது - இதுதான் ரஷ்யப் புரட்சியின் சர்வதேச நிலைமை. பெட்ரோகிராடை ஜெர்மானியரிடம் விட்டுவிடுவதென்று ரஷ்ய முதலாளிகளும், கெரன்ஸ்கி குழுவும் முடிவு செய்திருக்கின்றனர் - இதுதான் ராணுவ நிலைமை.

** பெட்ரோகிராடிலிருந்த துருப்புகளை வெளியேற்றியது, அங்கே கோஸாக்கு களை அனுப்பியது, மின்ஸ்க் நகரை கோஸாக்குகள் வளைத்துக்கொண்டது முதலியவை.

இந்தச் சரித்திரப் பிரசித்தி பெற்ற தீர்மானத்தைக் காமெனெவ், ஜினோவீவ் ஆகிய இரண்டு மத்தியக் குழு உறுப்பினர்களும் எதிர்த்ததுடன், அதை எதிர்த்து வாக்களிக்கவும் செய்தனர். தொழிலாளர் வர்க்கம் சோஷலிசப் புரட்சியை நடத்தவேண்டிய அளவுக்குப் பலம் பெற்றிருக்கவில்லை, அதிகாரத்தை எடுக்கும் அளவுக்கு அது பக்குவப்படவில்லை என்று அவர்கள் கூறினர்.

டிராட்ஸ்கி இந்தத் தீர்மானத்தை எதிர்க்கவில்லை என்ற போதிலும் ஒரு மோசமான திருத்தத்தை முன்மொழிந்தார். சோவியத்துகளின் இரண்டாவது மாநாடு கூடும் முன்பு எழுச்சி ஆரம்பமாகக் கூடாது என்று அவர் கூறினார். இதன் பொருள் எழுச்சியைத் தாமதப்படுத்துவது, அது தொடங்கும் தேதியை அறிவித்துவிடுவது, தாற்காலிக அரசாங்கத்தை எச்சரித்து விடுவது என்பதேயாகும். மத்தியக் குழு இந்தத் திருத்தத்தை நிராகரித்தது.

ஆயுதம் தாங்கிய எழுச்சிக்கு தயாரிப்பு செய்யும் பொருட்டு, மத்தியக் குழு தன் பிரதிநிதிகளை ரஷ்யாவின் வெவ்வேறு பகுதிகளுக்கு அனுப்பியது. அவர்கள், அந்தந்த இடங்களில் பெட்ரோகிராட் எழுச்சிக்கு ஆதரவு தர தயார் நிலையில் இருக்கும்படி போல்ஷெவிக்குகளை ஆயத்தப்படுத்தினர். பெட் ரோகிராட் சோவியத்தின் 'புரட்சி ராணுவக் குழு' அமைக்கப் பட்டது. இது எழுச்சிக்கு வேண்டிய காரியங்களைச் செய்தது.

மத்தியக் குழுவின் விரிவாக்கப்பட்ட கூட்டம் அக்டோபர் 29-ம் தேதியன்று நடைபெற்றது. இது, எழுச்சிக்கு வழிகாட்டி நடத்து வதற்காகக் கட்சியின் மத்தியச் செயலகம் ஒன்றை ஸ்டாலின் தலைமையில் உருவாக்கியது.

இந்தக் கூட்டத்திலும் காமெனெவ், ஜினோவீவ் ஆகிய இரு வரும், ஆயுதந் தாங்கிய எழுச்சி கூடாது என்று கூறினர். மத்தியக் குழு அதை நிராகரித்தது.

உடனே அவ்விருவரும் அக்டோபர் 31-ம் தேதியன்று மென்ஷெ விக் பத்திரிகையொன்றில் ஒரு துரோகத்தனமான அறிக்கையை வெளியிட்டனர். 'போல்ஷெவிக்குகள் ஆயுதந் தாங்கிய எழுச்சிக் காகத் தயாரிப்புகளைச் செய்து வருகிறார்கள். அது ஒரு பெரும் சூதாட்டம் என்று நாங்கள் கருதுகிறோம்' என்று அவர்கள் பகிரங்கமாக அறிவித்து கெரன்ஸ்கியின் தாற்காலிக அரசாங்

கத்தை எச்சரித்தனர். இதைக் கண்ட தாற்காலிக அரசாங்கம் நவம்பர் முதல் தேதியன்று தனது ராணுவத்தினரை பெட்ரோ கிராடு நகரத்துக்கு வரும்படி உத்தரவிட்டது.

எதிர்ப்புரட்சிக்காரர்கள் ஒரு பெரும் படையை மாஸ்கோவில் குவித்தனர். இரண்டாவது மாநாடு கூடுவதற்கு முன்பே ஸ்மோல்னியில் இருந்த மத்தியக் குழுவின் தலைமைச் செயலகத்தைத் தாக்கிப் பிடித்துக் கொள்வது, போல்ஷெவிக் கட்சியின் மத்தியத் தலைமையை அழித்துவிடுவது என்று தாற் காலிக அரசாங்கம் திட்டம் தீட்டி, தனது நம்பிக்கைக்கு உரிய ராணுவத்தினரை பெட்ரோகிராடுக்குக் கொண்டு வந்தது.

புரட்சி ராணுவக் குழுவின் தூதர்கள், ராணுவப் பகுதிகளுக்கும் தொழிற்கூடங்கள் மற்றும் மில்களுக்கும் அனுப்பப்பட்டனர். எழுச்சியின் பொழுது யுத்தக் கப்பல்களான 'அரோரா' மற்றும் 'ஜர்யாஸ் வோபடி' ஆகிய இரண்டும் எவ்விதம் செயல்பட வேண்டுமென்று அவற்றுக்குச் சிறப்புத் தகவல்கள் அனுப்பப் பட்டன.

டிராட்ஸ்கி ஓர் ஆபத்தான காரியத்தைச் செய்தார். பெட்ரோ கிராட் சோவியத்தின் கூட்டம் ஒன்றில் பேசும்பொழுது, எழுச்சியைத் தொடங்க போல்ஷெவிக்குகள் திட்டமிட்டிருந்த தேதியைப் பெருமையாகக் கூறுவதுபோலக் கூறி பகிரங்கப் படுத்தி விட்டார். இதன் நோக்கம் முழுவதும் கெரன்ஸ்கியை எச்சரிப்பது என்பதே!

டிராட்ஸ்கியின் செயலைக் கண்ட மத்தியக் குழு, திட்டமிட்டு இருந்த நேரத்துக்கு முன்னதாகவே, புரட்சியைத் தொடங்கி விடுவது என்று உடனடியாக முடிவு செய்தது.

ஆனால், உஷார்படுத்தப்பட்ட கெரன்ஸ்கி அதற்கு முன்ன தாகவே தாக்குதலில் இறங்கினான்.

நவம்பர் 6-ம் தேதியன்று அதிகாலையில், போல்ஷெவிக்குகள் மீது கெரன்ஸ்கி தாக்குதலைத் தொடுத்தான். 'தொழிலாளர் பாதை' என்ற போல்ஷெவிக்குகளின் ஏட்டை வெளிவராமல் தடுத்திட வேண்டுமென்று அவன் உத்தரவிட்டான். இதனைச் செய்யும் பொருட்டு அதனுடைய ஆசிரியர் குழு அலுவலகம் மற்றும் அதன் அச்சகத்துக்குக் கவச மோட்டார் படையை அனுப்பினான்.

ஆனால், ஸ்டாலின் இட்ட கட்டளைப்படி செந்தொண்டர்களும் புரட்சி வீரர்களும் அந்தக் கவச மோட்டார்களை எதிர்த்து நின்று காலை 10 மணிக்கு அது முன் செல்ல முடியாதபடி பின்னுக்குத் தள்ளினர். அதே நேரத்தில் அந்த ஆசிரியர் குழு அலுவலகம் மற்றும் அச்சகத்தின் பாதுகாப்புக்காகக் கூடுதல் செங்காவலர்கள் நிறுத்தி வைக்கப்பட்டனர். உடனே அந்தப் பத்திரிகை வெகு வேகமாக தயாரிக்கப்பட்டது. காலை 11 மணிக்கு 'தாற்காலிக அரசாங்கத்தை வீழ்த்துக' என்ற அறைகூவலுடன் 'தொழிலாளர் பாதை' வெளிவந்தது.

அதே நேரத்தில் மத்திய புரட்சித் தலைமையின் கட்டளைப்படி கூடுதல் செந்தொண்டர் படையும், புரட்சிப்படைப் பகுதிகளும் ஸ்மோல்னிக்கு விரைவாக அனுப்பப்பட்டன.

25

மகத்தான வெற்றி

கெரன்ஸ்கி அரசாங்கம், புரட்சிகர சக்திகள் மீது தாக்குதல் தொடுக்கத் தயாராகிவிட்டதை அறிந்த லெனின், தனது தலைமறைவு இடத்திலிருந்தவாறே, மத்தியக் குழு உறுப்பினர்களுக்கு உணர்ச்சி மிகு கடிதம் ஒன்றை அனுப்பினார்.

'நிலைமை மிகவும் சிக்கலாக உள்ளது. எழுச்சியைத் தொடங்குவதில் தாமதம் ஏற்பட்டால் அது அழிவில் போய் முடியும் என்பது மிகவும் தெளிவு. அனைத்தும் நூலிழையில் தொடங்கிக் கொண்டிருக்கின்றன என்பதை தோழர்கள் உணர வேண்டும். மாநாடுகளிலோ அல்லது கட்சிக் காங்கிரஸ்களிலோ தீர்க்கப்பட வேண்டாத பிரச்னைகளை நாம் சந்திக்க வேண்டியுள்ளது. இவை மக்களால், மக்கள் திரளினால். ஆயுதமேந்திய மக்களின் போராட்டத்தினால் மட்டுமே தீர்க்கப்பட வேண்டியவை. என்ன நேரிட்டாலும், நாம் இன்று மாலையில், இன்று இரவில்

அரசாங்கத்தினரைக் கைது செய்ய வேண்டும். ராணுவ கேடட்டுகளை நிராயுதபாணியாக்க வேண்டும். அவர்கள் எதிர்த்தால் அவர்களைத் தோற்கடித்து நிராயுதபாணியாக்க வேண்டும். இன்று வெற்றிபெற வேண்டிய புரட்சியாளர்கள் நெடுஞ்சாண்கிடையாக விழுந்தால் வரலாறு அவர்களை ஒருபோதும் மன்னிக்காது (அவர்கள் இன்று நிச்சயம் வெற்றி பெறுவார்கள்) நாளைக்கென்றால் அவர்கள் இழக்கும் அபாயம் அதிகமாகும்; உண்மையில் அனைத்தையும் இழக்கும் அபாயம் உள்ளது...''

இந்தக் கடிதத்தை மத்தியக் குழுவுக்கு அனுப்பிய பின் லெனின் அன்று மாலையே புரட்சியின் தலைமைப் பீடமான ஸ்மோல்னிக்கு வந்து சேர்ந்தார்.

ஸ்மோல்னி விளக்குகளால் ஜொலித்துக் கொண்டிருந்தது. எங்கு நோக்கினாலும் செங்காவலர்கள், ராணுவப் பிரிவு மற்றும் லைகளின் பிரதிநிதிகள் கட்டளையை நோக்கி அருகே குவிந் திருந்தனர். புரட்சி ராணுவக் குழு வரும் தகவல்களை வைத்துத் தொடர்ந்து விவாதித்துக் கொண்டிருந்தது. புதிய காவலர்கள் மாறி மாறி காவலுக்கு நிறுத்தப்பட்டனர். செங்காவலர்கள் மற்றும் புரட்சிப் படை பிரிவுகளிலிருந்து நூற்றுக்கணக்கான வர்கள் தகவல்களை கொண்டுவந்த வண்ணமிருந்தனர். அங்கிருந்து அரங்கத்தில் இரண்டாவது அகில ரஷ்ய சோவியத் காங்கிரசுக்கான (மாநாட்டுக்கான) பிரதிநிதிகள் கூடியிருந்தனர். அந்தக் கட்டடம் முன்பு கவச வாகனங்கள், லாரிகள், மோட்டார் சைக்கிள்கள் போவதும் வருவதுமாக இருந்தன.

யுத்தகள துப்பாக்கிகளும், இயந்திரத் துப்பாக்கிகளும் வாயில் களில் நிறுத்தப்பட்டிருந்தன. புரட்சி ராணுவக் குழுவின் சேவைக்காக ஏராளமான தொழிலாளிகள் அங்கே கூடியிருந் தனர்.

லெனின் அங்கே வந்து சேர்ந்ததும், எழுச்சியைத் தொடங்கும் படியான உத்தரவு ஆலைகளுக்கும் மாவட்டங்களுக்கும், ராணுவப் பிரிவுகளுக்குத் தனித்தனியாக நபர்கள் மூலம் அனுப்பப்பட்டன.

பெட்ரோகிராடின் தொழிலாளர் செம்படை மாலுமிகள் மற்றும் ராணுவப் பிரிவினர் செயலில் இறங்கினர். அதிரடி வேகத்தில்

அவர்கள் நகரின் முக்கியச் சாலைகளில் தடையரண்களை ஏற்படுத்தினர்.

முக்கிய இடங்களையும், அரசாங்க அலுவலகங்களையும் கைப்பற்றினர். நவம்பர் 7-ம் தேதி காலையில் நேவா ஆற்றின் மீதிருந்த அனைத்துப் பாலங்களும், மத்தியத் தொலைபேசி நிலையம், தந்தி அலுவலகம், பெட்ரோகிராட் தந்தி நிறுவனம், வயர்லஸ் நிலையம், ரயில்வே நிலையம் மற்றும் மின் நிலை யங்கள், அரசாங்க வங்கி மற்றும் இதர முக்கிய இடங்கள் அனைத்தும் புரட்சியாளர்களால் கைப்பற்றப்பட்டுவிட்டன. 'இன்றே, இப்போதே இந்த நிமிஷமே கைப்பற்றுங்கள்!' என்று லெனின் இட்ட அவசர உத்தரவு அமர்க்களமாக வேலை செய்தது.

தாற்காலிக அரசாங்கம் தஞ்சம் புகுந்திருந்த குளிர்கால அரண் மனை மற்றும் பெட்ரோகிராட் பகுதி ராணுவத் தலைமையகம் தவிர, நகரம் முழுவதும் புரட்சியாளர் வசம் இருந்தது.

லெனின் வகுத்துக் கொடுத்த ரஷ்யப் புரட்சி மகத்தான வெற்றியைப் பெற்றது.

அன்று காலை 'ரஷ்யப் பிரஜைகளுக்கு' என்று லெனின் ஒரு வேண்டுகோள் விடுத்தார். புரட்சிகர ராணுவக் குழுவின் சார்பில் வெளியிடப்பட்ட அந்த வேண்டுகோள் பின்வருமாறு கூறியது:

'தாற்காலிக அரசாங்கம் அகற்றப்பட்டு விட்டது. அரசாங்க அதி காரம் என்பது பெட்ரோகிராட் தொழிலாளர், ராணுவ வீரர் பிரதிநிதிகளின் சோவியத்திடம் - புரட்சிகர ராணுவக் குழுவிடம் - வந்துவிட்டது. அது பெட்ரோகிராட் தொழிலாளர் வர்க்கத்துக் கும் ராணுவப் படைப்பிரிவுக்கும் தலைமை தாங்கும்.'

அதே காலையில் இந்தச் செய்தி போல்ஷெவிக் பத்திரிகைகளில் வெளியானது. பெட்ரோகிராடில் புரட்சி வெற்றியடைந்தது குறித்த தந்திச் செய்தி ரஷ்யா முழுவதற்கும், யுத்த முனைக்கும் அனுப்பப்பட்டது.

அன்று மதியம் 2.30 மணிக்கு ஸ்மோல்னி அரங்கில் பெட்ரோ கிராட் சோவியத்துகளின் விரிவடைந்த கூட்டம் தொடங்கியது. அதில் உரையாற்ற லெனின் வருகிறார் என்று அறிவிப்பு செய்யப்

பட்டதும், அவர் அங்கே வந்த பொழுதிலும், பிரதிநிதிகள் மகிழ்ச்சி வெள்ளம் பொங்க நீண்ட நேரக் கையொலி எழுப்பி அவரை வரவேற்றனர்.

லெனின் உணர்ச்சிப் பெருக்கெடுத்தோட சுருக்கமான உரையை நிகழ்த்தினார்.

‘போல்ஷெவிக்குகள் அவசியம் என்று வலியுறுத்தி வந்த தொழிலாளர் விவசாயிகளின் புரட்சி நிறைவேற்றப்பட்டு விட்டது. இப்பொழுதிருந்து ரஷ்யாவின் வரலாற்றில் ஒரு புதிய கட்டம் தொடங்குகிறது. மூன்றாவது ரஷ்யப் புரட்சி யான இது முடிவில் சோஷலிசத்தின் வெற்றிக்கு இட்டுச் செல்லும். உலக சோஷலிசப் புரட்சி நீடுழி வாழ்க!’

அரங்கில் நீண்ட நேரம் கையொலி ஒலித்தது.

அன்று மாலையில் புரட்சிக் கப்பல் ‘அரோரா’ தனது பீரங்கி களைத் திருப்பி தாற்காலிக அரசாங்கத்தினர் ஒளிந்து கொண்டிருந்த குளிர்கால அரண்மனை மீது தனது தாக்குதலைத் தொடங்கியது. அதைத் தொடர்ந்து அன்றிரவில் புரட்சிகரத் தொழிலாளர்களும், ராணுவ வீரர்களும், கடற்படையினரும் அந்த அரண்மனை மீது தாக்குதல் தொடுத்து அதைக் கைப் பற்றினர். தாற்காலிக அரசாங்கத்தின் அமைச்சர்கள், அதிகாரி களைக் கைது செய்தனர்.

சோவியத்துகளின் அகில ரஷ்ய இரண்டாவது காங்கிரஸ் அன்றிரவில் தொடர்ந்து நடந்துகொண்டிருக்கும்பொழுது நவம்பர் 8-ம் தேதி அதிகாலை 3 மணி அளவில், குளிர்கால அரண்மனை கைப்பற்றப்பட்டுவிட்டது. அமைச்சர்கள் கைது செய்யப்பட்டுவிட்டனர் என்ற தகவல் அறிவிக்கப்பட்டதும், பிரதிநிதிகள் அதை உற்சாகத்துடன் வரவேற்றனர். பின்னர், ‘தொழிலாளர்களுக்கு, ராணுவ வீரர்களுக்கு, விவசாயிகளுக்கு’ என்ற தலைப்பில் லெனின் எழுதியிருந்த பிரகடனம் மாநாட்டில் நிறைவேற்றப்பட்டது. அந்தப் பிரகடனமானது, தலைநகர் மற்றும் மாகாணங்களின் அனைத்து அரசியல் அதிகாரங்களும் சோவியத்துகளுக்கு மாற்றப்பட்டு விட்டதென்று அறிவித்தது.

ரஷ்ய வரலாற்றில் முதன்முறையாகத் தொழிலாளர்கள் மற்றும் விவசாயிகளின் அரசாங்கமாக சோவியத் அரசாங்கம் உரு வானது.

இந்த மாநாடானது ஏகாதிபத்தியவாதிகளின் எந்தவோர் ஆக்கிரமிப்பிலிருந்தும் தங்களுடைய அரசாங்கத்தைக் காக்கும் படி, தொழிலாளர்கள், விவசாயிகள், குறிப்பாக பதுங்கு குழி களில் இருந்த ராணுவ வீரர்களுக்கு அறைகூவல் விடுத்தது. இந்த இரண்டாவது மாநாட்டின் இரண்டாவது மற்றும் கடைசிக் கூட்டம் அன்றிரவு 8.30 மணிக்குத் தொடங்கியது. லெனின் அரங்குக்குள் நுழைந்ததும் அங்கே மகிழ்ச்சி வெள்ளம் கரை புரண்டோடியது. பெரும் ஆரவாரத்துடன் அவர் வர வேற்கப்பட்டார். அவர் பேச எழுந்ததும் பிரதிநிதிகள் அனை வரும் எழுந்து நின்று ஆரவாரம் செய்து, 'லெனின் நீடுழி வாழ்க' என முழக்கமிட்டனர்.

அதன்பின் புதிய சோவியத் அரசாங்கத்தின் முதல் பிரகட னத்தை லெனினே படித்தார். விரிவுரையாற்றினார். சமாதானம் குறித்த அந்தப் பிரகடனமானது, சமாதானப் பேச்சு வார்த்தை களை நடத்தும் பொருட்டு, மூன்று மாதங்களுக்குக் குறை வில்லாமல் யுத்தத்தை நிறுத்தி வைக்க உடனடியாக ஓர் ஒப்பந்தம் செய்துகொள்ள முன்வரும்படி, யுத்தம் புரியும் நாடு களை கேட்டுக்கொண்டது. அத்துடன், இந்தச் சமாதான ஒப்பந்தத்தை அங்கீகரிக்கும் பொருட்டு முழு அதிகாரத்துடன் கூடிய மக்கள் பிரதிநிதிகளின் மாநாடுகளைக் கூட்டும்படியும் அந்த நாடுகளைக் கேட்டுக்கொண்டது.

இந்தப் பிரகடனமானது இறுதியில் பிரிட்டன், பிரான்ஸ் மற்றும் ஜெர்மனி ஆகிய யுத்தத்தில் பங்கேற்றுள்ள மூன்று நாடுகளின் தொழிலாளர் வர்க்கத்துக்கு ஒரு வேண்டுகோள் விடுத்தது. சமாதான உடன்பாட்டை வெற்றிகரமாக நிறை வேற்றிட இந்நாடுகளின் தொழிலாளர் வர்க்கம், ரஷ்யத் தொழிலாளர் வர்க்கத்துக்கு உறுதியான ஆதரவைத் தரவேண்டு மென்று அறைகூவல் விடுத்தது. அத்துடன், சமாதான லட்சி யத்தை வெற்றிகரமாக முடிக்கும் பொழுதே, மக்கள் தொகை யில் சுரண்டப்பட்டு அவதியுறும் தொழிலாளர் மக்கள் அனை வரும் சகலவிதமான அடிமைத்தனத்திலிருந்தும் விடுதலை அடைவது என்ற லட்சியத்தை வெற்றிகரமாக்கிட உதவி செய்யுங்கள் என்றும் இந்தப் பிரகடனம் இந்த மூன்று நாட்டுத் தொழிலாளர்களுக்கும் அழைப்பு விடுத்தது.

லெனின் முன் மொழிந்த இந்தப் பிரகடனத்தை மாநாடு ஒருமனதாக ஏற்றுக்கொண்டது.

அதேபோல் லெனின் முன்மொழிந்த 'நிலத்தைப் பற்றிய சட்டத்தையும்' மாநாடு ஏற்றுக்கொண்டது. அதன்படி நிலச்சுவான்தார், தன்னுடைய சொந்த உடைமையாக நிலத்தை அனுபவித்து வந்த உரிமை, நஷ்ட ஈடு இன்றி இன்றுடன் ஒழிக்கப்படுகிறது. நிலம் முழுவதும் பொது உடைமையாக அதாவது அரசாங்க உடைமையாக ஆக்கப்படுகிறது. நிலச்சுவான்தார்கள், முதலாளிகள், மடங்கள், கிறித்துவ தேவாலயங்கள் மற்றும் ஜார் குடும்பத்துக்குச் சொந்தமான நிலங்கள் அனைத்தும் அரசாங்கத்தால் எடுத்துக்கொள்ளப்படுகின்றன. இவை அனைத்தும் விவசாயிகளுக்குக் கொடுக்கப்படும். குத்தகை ஒழிக்கப்படுகிறது. மண்ணெண்ணெய்க் கிணறுகள், நிலக்கரி மற்றும் கனிம வளங்கள், காடுகள் மற்றும் நீர் நிலைகள் யாவும் மக்களுடைய பொதுச் சொத்தாகும் என்று இந்தப் பிரகடனம் கூறியது.

இறுதியாக இந்த இரண்டாவது காங்கிரஸ், லெனின் தலைமையில் முதல் சோவியத் அரசாங்கத்தை அமைத்தது. இது மக்கள் கமிசார்களின் கவுன்சில் (The Council of People`s Commissars) என அழைக்கப்பட்டது. இந்த மாநாடு அத்துடன் அகில ரஷ்ய மத்திய நிர்வாகக் குழு ஒன்றையும் தேர்ந்தெடுத்தது.

இரவு முழுவதும் நடைபெற்ற இந்த மாநாடு (நவம்பர் 9-ம் தேதி) அடுத்த நாள் அதிகாலை 5 மணிக்கு முடிவுற்றது. 'புரட்சி நீடுழி வாழ்க', 'சோஷலிசம் நீடுழி வாழ்க' என்ற முழக்கங்களுடன், தொழிலாளர் வர்க்கத்தின் சர்வதேச கீதத்தை அனைவரும் உணர்ச்சியோடு பாட, மாநாடு முடிவுற்றது.

வரலாற்றுச் சிறப்புமிக்க இந்த மாநாட்டின் பிரதிநிதிகள் நாடு முழுவதிலும், புரட்சி அரசாங்கம் அமைக்கப்பட்ட செய்தியைப் பரப்பும் பொருட்டு விரைந்து சென்றனர்.

ரஷ்யா புரட்சியாளர்களிடம் அடங்கிப்போனது.

உலக நாடுகள் முழுவதும் ரஷ்யாவை ஒரு அதிசய நாடாகக் கண்டன. ரஷ்யா ஓர் உதாரண நாடாகப் பரிணாமம் பெற்றது.

அடிமைத்தனம் முற்றிலுமாக ஒழிக்கப்பட்டது.

லெனின் ஒரு அற்புதப் புரட்சி வீரராக, தீர்க்கதரிசியாகக் கொண்டாடப்பட்டார். உலக நாடுகள் அனைத்திலும் உள்ள தொழிலாளர்கள் லெனினை தமது மானசீக வழிகாட்டியாக ஏற்றுக்

கொண்டனர். மார்க்சின் கம்யூனிசக் கனவை, முதன் முறையாக நினைவாக்கிய லெனினை ஒரு மாமேதை என்று உலகம் ஆழத் தழுவிக்கொண்டது.

ரஷ்யா கந்தல் ஆடையைக் களைந்துவிட்டுப் புத்தம் புதிய சிவப்பு கம்யூனிச ஆடையைத் தரித்துக்கொண்டது, முதன் முறையாக.

26

ரஷ்யா எப்படி இருக்கிறது?

'எப்படி இருக்கிறீர்கள்?'

'மிக நன்றாகவே இருக்கிறேன்!'

'உங்கள் அறையில் எத்தனை பேர் இருக்கி
றீர்கள்?'

'நான், என் மனைவி, என் குழந்தை மூவரும்.'

'இடம் போதுமானதாக இருக்கிறதா? ஏதும்
குறைகள் இல்லையே?'

'குறைகளா? அற்புதமான தொழிலாளர் குடி
யிருப்புகள், குழந்தைகளுக்கு இலவசக் கல்வி,
சுலபமான வேலை நேரம், உழைப்புக்கு ஏற்ற
சம்பளம். வேறென்ன வேண்டும்...'

'உண்மைதான். எனக்கும் குடியிருப்பில் இடம்
கொடுத்துவிட்டார்கள், இலவசமாகவே!

'அதைவிட முக்கியமான ஒன்றை நீ மறந்து
விட்டாய். இலவசமாக மருத்துவம் பார்ப்பார்கள்
என்று கனவிலாவது நினைத்துப் பார்த்தாயா?'

'அது மட்டுமா!' மற்றொரு குரல் குறுக்கிட்டது. 'கம்யூனிஸ்டுகள் ஆட்சிக்கு வந்தால் எல்லாவற்றையும் பிடுங்கிக்கொள்வார்கள், எல்லோரையும் கட்டாயப்படுத்தி வேலை வாங்குவார்கள், குடும்பத்தோடு பொழுதைக் கழிக்க விடமாட்டார்கள் என்றெல் லாம் புரளி கிளப்பினார்களே. அவர்களைப் பார்க்கவே முடிவ தில்லையே!

'லெனின் அரசு இத்தனை வசதிகளைச் செய்து கொடுத்தவுடன் அவர்களால் வாயைத் திறக்கவே முடியவில்லை! பெட்டிப் பாம்பாக அடங்கிவிட்டார்கள்!

மூவரும் சத்தம் போட்டுச் சிரித்தனர். முதன்முறையாக!

Made in the USA
Monee, IL
04 May 2020

28617908R00081